போர் முழக்கம்

உங்களின் மார்கெட்டிங் வெற்றிக்கான போர்கலை வித்தைகள்

பிரவீன் ஷேகர்

ISBN 979-8-89026-027-7

புனைக்கதைகளின் மூலம் பாடம் கற்க முடியுமா? சந்தைப்படுத்தலைச் சார்ந்த ஒரு புத்தகம், வாசிக்கத் தொடங்கியதும், முழுதாக படிக்கும் வரை கீழே வைக்க முடியாத அளவிற்கு சுவாரசியமாக இருக்க முடியுமா? மேற்கூறிய கூற்றுக்களை நீங்கள் ஆமோதிப்பவரானால் இப்புத்தகம் உங்கள் நம்பிக்கையை தவிடுபொடியாக்கிவிடும்.

வெங்கடரங்கன் திருமலை

தொழில்நுட்ப தொழில்முனைவர் & புதிய வாய்ப்புகளை கையாளும் தலைவர்

* * *

சிந்தனையை தூண்டும் ஒரு புத்தகம். ஒவ்வொரு சகாப்தத்தில் இருந்தும் நாம் கற்க வேண்டிய பாடங்களை எடுத்துரைக்கும் ஒரு அருமையான புத்தகம். வாசிப்பவரின் கவனத்தை முழுவதுமாக கொள்ளை கொள்ளும் கதைக்களமும், ஒவ்வொரு அத்தியாயத்தின் முடிவிலும் நாம் கற்க வேண்டிய நீதியுமாக, எனக்கு இப்புத்தகம் பஞ்சதந்திரக் கதைகளை நினைவூட்டியது. ஒரு தொழில்முனைவராகவும், இந்திய சரித்திர ஆர்வலராகவும், மூவேந்தரில் கூறப்பட்ட ஒப்புமைகள் எனக்கு மிகவும் பயனுள்ளதாக தோன்றியது.

கோபிநாத் காந்தி

தலைமை நிர்வாக அதிகாரி, ரெபரல் யோகி

* * *

பண்டைய கால போர் யுக்திகளை இன்றைய வணிக சூழலுக்கு எவ்வாறு பயன்படுத்தலாம் என்பதை பொருத்தமான ஒப்புமைகளோடு விளக்கும் ஒரு அருமையான புத்தகம். அதிலும் ராஜராஜ சோழனின் வழிகாட்டியான அகத்தியன், இளவரசை மிக அழகாக, சரியான திசையில் தூண்டி விட்டு, சுயமாக தீர்வுகளைக் கண்டறியச் செய்யும் விதம் என்னை மிகவும் கவர்ந்தது. இப்புத்தகத்தில் விளக்கப்பட்டுள்ள அனைத்து போர் யுக்திகளும் இன்றைய வணிக/சந்தைப்படுத்துதல் துறை சார்ந்த சவால்களை சமாளிக்க ஏதுவாக இருக்கும் என்பதில் எனக்கு கடுகளவும் ஐயமில்லை.

சங்கீதா சங்கரன் சுமேஷ்
வணிக பயிற்சியாளர் & வாசகர்களின் பேராதரவை
வென்றிருக்கும் ஒரு நூலாசிரியர்

* * *

பண்டைய காலத்தில், தமிழ் மண்ணின் மன்னர்கள், போர் புரிந்து புதிய நாடுகளை தங்கள் ராஜ்ஜியத்தோடு இணைக்கும் போதும், இழந்த பகுதிகளை மீட்டெடுக்கும் போதும், எவ்வாறு தங்கள் போர் வியூகங்களை வகுத்தார்கள்? புதிய பாடங்களை கற்று, அதற்கேற்றார் போல் தங்கள் செயல்பாடுகளை எவ்வாறு மாற்றி அமைத்துக்கொண்டார்கள்? சோழர்கள் மற்றும் பாண்டியர்களுக்கு இடையேயான போரை, பிரவீன் மிக நேர்த்தியாக விவரித்துள்ளார். அவர்களின் வெற்றிகள், பின்னடைவுகள், அதிலிருந்து அவர்கள் மீண்டு எழுந்ததையும், அதன் மூலம் நாம் கற்று, வகுக்கக்கூடிய ஆற்றல் மிக்க சந்தைப்படுத்துதல் சார்ந்த வியூகங்களையும், தனக்கான பாணியில் அழகாகவும் தெளிவாகவும் எடுத்துறைத்திருக்கிறார் ஆசிரியர். ஒரே நாளில் புத்தகத்தை படித்தாலும், பல நாட்கள் அதில் கூறியிருப்பதை சிந்திக்கத் தூண்டும் ஒரு தரமான படைப்பு.

ஜெயஸ்ரீ வி கல்வியாளர்

* * *

கலாச்சாரம் மற்றும் சரித்திர உதாரணங்களோடு வணிக ரீதியான ஒப்பீடுகளும் கதைக்களத்தை தாராளமாக செழுமையாக்க, அறிவுறுத்துவதை தவிர்த்து இந்நூல் நம்மை சிந்திக்கத் தூண்டுகிறது. மிக யதார்த்தமாக புனைந்திருக்கும் கதைகளை படிக்கையில், பிரவீன் அந்த கால கட்டத்திற்கே சென்று நடந்தவைகளை பார்த்து, உணர்ந்து எழுதினாரோ என்கிற வியப்பை நம்முள் ஏற்படுத்துகிறார்.

சுஜிதா அரவிந்த்
கட்டிடக்கலைஞர், நூலாசிரியர்

* * *

போரும் அதிலிருந்து நாம் கற்க வேண்டிய பாடங்களையும் தீர்க்கமான தொகுப்பாக நமக்கு எடுத்துரைக்கிறது இப்புத்தகம். அக்காலத்து போர் யுக்திகளை இன்றைய வணிக போர்களுக்கும் எவ்வாறு பயன்படுத்தலாம் என்பதை விளக்கும் இப்புத்தகத்தின் மூலம், பிரவீன் தனது முந்தைய முயற்சிகளை மிஞ்சி, மீண்டும் ஒரு புதிய உயரத்தை தொட்டிருக்கிறார். துடிப்பான கதையும், அதோடு பின்னிப்பிணைந்த மூவேந்தர்களின் சோதனைகளும் சாதனைகளும், மற்றும் நவீன சாணக்கியனாக செயல்படும் ஜேகேவும் நம்மை வெகுவாக கவர்கின்றன. பாமரர்கள், தொழில்முனைவோர்கள், புத்தகம் மற்றும் வரலாற்றுப் பிரியர்கள் என அனைத்து தரப்பினரையும் இப்புத்தகம் கவர்ந்திழுக்கும் என நான் உறுதியாக நம்புகிறேன்.

ரேவதி சஞ்சீவ்
படைப்பாற்றல் துறையில் வெற்றி கண்ட தொழிலதிபர்

* * *

உள்ளடக்கம்

பிரிவு 1

பழிவாங்குவது இனிமை.
அல்லவா?

பிரிவு 2

மாற்றுப்பழி

பிரிவு 3

எதிர்காலத்தின் கண்ணோட்டம்: பாண்டியர்கள் *vs.* தென் இந்தியா!

முன்னுரை

இந்நூல், பல நூற்றாண்டுகளுக்கு முன்பு தென்னிந்தியாவின் பரந்த நிலப்பரப்பை ஆண்ட சோழ மற்றும் பாண்டிய மன்னர்களின் வாழ்க்கை தாக்கத்தால் உருவாக்கப்பட்ட ஒரு கற்பனைக் கதையாகும். பண்டைய காலத்தில், மன்னர்கள் தங்கள் ராஜ்யத்தின் எல்லையை விரிவுபடுத்தும் பொருட்டு, புதிய நிலப்பரப்புகளை தங்களுடன் இணைத்துக் கொள்ளும் முயற்சிகளில் எப்பொழுதும் ஆர்வத்துடன் ஈடுபட்டனர். இது பல போர்களுக்கு வழிவகுத்தது. லட்சிய ஆட்சியாளர்கள், தந்திரமான சட்ட உத்திகள், துணிச்சலான தளபதிகள் மற்றும் கொரில்லாப் போர் என பலவற்றை உள்ளடக்கிய உணர்ச்சிபூர்வமான உண்மைக் கதைகளால் இந்திய வரலாறு, நிரம்பி இருக்கிறது. இவை அனைத்தும் இன்றும் வாசிப்பதற்கான ஒரு ஆர்வத்தை தூண்டுகின்றன.

அது மட்டுமல்லாது, அவை அனைத்தும் இன்றைய வணிகத் தலைவர்களுக்கு பல முக்கியமான, காலத்தை கடந்த சந்தைப்படுத்தலைச் சார்ந்த பாடங்களைக் கொண்டுள்ளன.

சிறு மற்றும் பெரு நிறுவனங்களின் துறைத் தலைவர்கள், தொழில்முனைவோர்கள் மற்றும் சந்தைப்படுத்தும் துறையில் பணியாற்றும்/பணி புரிய விரும்புவோர்க்கு பயன்படும் விதமாக ஒரு நெடுங்கதையும், சில பாடங்களுமாக இந்நூலை நான் எழுதியுள்ளேன்.

தமிழகம் (இந்தியாவின் தமிழ் பேசும் பிராந்தியம்), சேரர்கள், சோழர்கள், பாண்டியர்கள் மற்றும் பல்லவர்கள் என நான்கு முக்கிய ராஜவம்சங்களால் ஆளப்பட்டது. கிமு (பொது சகாப்தத்திற்கு முன்) கடைசி சில நூற்றாண்டுகளிலும், கிபியின் முதல் சில நூற்றாண்டுகளிலும் (பொது சகாப்தம்) அவர்கள் சிறப்புற ஆட்சிபுரிந்து நற்பெயரோடும் புகழோடும் கோலோச்சினார்கள். இன்று தென்னிந்தியா என்று நாம் அறியும் பெரும்பாலான பகுதிகளை ஆட்சி செய்து, தங்களின் அரசாளுமை,

இராணுவ உத்திகள் மற்றும் வலிமை, போன்றவற்றில் தன்னிரக்கற்று விளங்கினார்கள். சோழர்கள் மற்றும் பாண்டியர்கள் ஆகிய இரண்டு ராஜ வம்சங்கள் மற்றும் இன்றைய கர்நாடகாவின் பல பகுதிகளை ஆண்ட ஒரு சக்திவாய்ந்த வம்சமான ஹொய்சாலர்களின் வரலாற்றிலிருந்து ஒரு சிறிய பாகத்தை கதைக் களமாக்கி இருக்கிறேன்.

தென்னிந்திய வரலாற்றில் இருந்து நான் சில கதாபாத்திரங்களை எடுத்துக் கொண்டாலும் (அதில் நானும் ஒரு சிறிய பகுதி), சன் சூவின் பண்டைய படைப்பான "தி ஆர்ட் ஆஃப் வார்" (யுத்த கலை) புத்தகத்திலிருந்தும் உத்திகள் மற்றும் கற்றல்களுக்கான உத்வேகத்தைப் பெற்றுள்ளேன். ஒவ்வொரு அத்தியாயத்திலும் குறிப்பிடப்பட்டுள்ள விளக்கங்களையும் கற்றல்களையும் நான் எனது நிறுவனத்திலும், எனது வாடிக்கையாளர்களின் நிறுவனங்களிலும் செயல்படுத்திய வண்ணம் இருக்கிறேன். அவை அனைத்தும் உங்கள் வணிகத்திற்கும் உதவியாக இருக்கும் என்று நான் நம்புகிறேன்.

கதைகள் நம் மனதையும் இதயத்தையும் எளிதில் கவர்ந்து, நம் நினைவில் நீண்ட காலம் இருப்பதால், கதைகள் மூலம் கருத்துக்களை எடுத்துரைக்கும் வழியை நான் தேர்ந்தெடுத்துள்ளேன். ஒரு எழுத்தாளனின் படைப்பு சுதந்திரத்தை நான் கையாண்டிருப்பதால், இங்கு குறிப்பிடப்பட்டுள்ள கதைகள், சம்பவங்கள் மற்றும் தேதிகள், வரலாற்றின் உண்மையான நிகழ்வுகளுடன் சரியாகப் பொருந்தாமல் இருக்கலாம். எனவே பெயர்கள், இடங்கள் அல்லது தேதிகளில் ஏதேனும் பிழைகள் இருப்பதாக நீங்கள் நினைத்தால், இதை நினைவில் கொள்ள வேண்டுகிறேன்.

சன் சூ, சோழர்கள் மற்றும் பாண்டியர்கள்

சன் சூ. *அவர் பண்டைய சீனாவில் (கிமு 5 ஆம் நூற்றாண்டு), போர் திறன்களை திறம்பட கற்றுத் தெளிந்த ஓர் தேர்ந்த இராணுவத் தளபதி ஆவார். மேலும் அவர் ஒரு சிறந்த எழுத்தாளராகவும் விளங்கினார். அவரது எழுத்துக்கள் மற்றும் பாடங்கள், காலங்கள் பல கடந்தாலும், இன்றைய தலைமுறைக்கும், நடைமுறைக்கும் பொருந்தும் வண்ணம் உள்ளது. அவரின் எழுத்துக்கள் பல மொழிகளில் மொழிபெயர்க்கப்பட்டு பல்வேறு சூழல்களுக்கு பயன்படும் வண்ணம் விளக்க உரைகள் எழுதப்பட்டுள்ளன. அவரது கட்டுரைத் தொகுப்பான "போர் கலை", பல சந்தைப்படுத்தும் உத்திகள் மற்றும் வணிகம் சார்ந்த புத்தகங்களுக்கு அடிப்படையாக அமைந்திருக்கிறது.*

சோழர்கள். *உலகின் மிக நீண்ட காலம் ஆட்சி செய்த ராஜ வம்சங்களில் ஒன்றாகப் பெயர் பெற்றவர்கள் சோழ வம்சத்தினர். இன்றைய தென்னிந்தியாவின் பெரும் பகுதியை ஆண்ட இம்மன்னர்கள், தஞ்சாவூரையும் அதை சுற்றி உள்ள இடங்களையும் தலைநகரமாக்கி சிறப்பாக கோலோச்சினார்கள். இந்த வம்சத்தினரின் புகழ், உச்சத்தில் இருந்த காலத்தில், இவர்களது ராஜ்ஜியம் இன்றைய இந்தோனேசியா, மலேசியா மற்றும் இலங்கை வரை பரந்து விரிந்து இருந்தது. சோழ, சேர மற்றும் பாண்டிய மன்னர்கள், தென்னிந்தியாவின் மூவேந்தர்களாக (தமிழில் "ஆட்சியாளர்களின் மும்மூர்த்திகள்") போற்றப்பட்டனர்.*

பாண்டியர்கள். *மதுரையைத் தலைமையிடமாகக் கொண்ட அவர்கள் சோழர்களின் சமகாலத்தவர்களாவார்கள். தென்னிதியாவின் மீது ஆதிக்கம் செலுத்துவதற்கான இவர்களின் ஆர்வத்தால், சோழர்கள், சேரர்கள் மற்றும் பல்லவர்களுடன் பல கடுமையான போர்கள் இவர்களுக்குள் நிகழ்ந்தது. மேற்குறிப்பிட்ட அனைத்து வம்சத்து மன்னர்களும் நீதி பிறவா ஆட்சி, இலக்கியம், கலை, கட்டிடக்கலை போன்றவற்றிற்காக அறியப்பட்டனர்.*

கதை ஓட்டம்

இப்புத்தகத்தின் ஒவ்வொரு அத்தியாயமும் மூன்று பகுதிகளைக் கொண்டதாகும். முதல் பகுதியில் தென் இந்திய சரித்திர காலத்து போர்க் கதைகளையும் அவர்கள் கையாண்ட வியூகங்களையும் விரிவாக எழுதியுள்ளேன். இரண்டாம் பகுதியில் இந்த வியூகங்களை இன்றைய வணிக சூழலில் - சிறு குறு மற்றும் பெரிய நிறுவங்கள், எவ்வாறு உபயோகித்து பயன்பெறலாம் என்கிற என் கண்ணோட்டத்தை விளக்கியுள்ளேன். ஒவ்வொரு அத்தியாயத்தின் கடைசி பகுதிக்கும் மூவேந்தர் என பெயர் சூட்டியுள்ளேன்.

தென்னிந்திய வரலாற்றில், மூவேந்தர் என்னும் சொல், சேர, சோழ, மற்றும் பாண்டிய மன்னர்களை குறிக்கும். ஆனால் நான் இந்த இடத்தில் மூன்று வெவ்வேறு நிறுவனங்களின் தலைமை நிர்வாக அதிகாரிகளை குறிக்கும் வண்ணம் பயன்படுத்தி உள்ளேன். அவர்களின் தற்போதைய வணிக சூழல், எதிர்நோக்கி இருக்கும் சவால்கள், அவற்றை சமாளிக்க எடுக்க வேண்டிய முடிவுகள் போன்றவற்றை அலசி ஆராயும் பகுதி தான் இது. இந்தப் பகுதிப் பிறகு, அந்தந்த அத்தியாயத்தின் முக்கிய பாடத்தை ஒத்த தற்போதையை சந்தைப்படுத்துதல் சார்ந்த உதாரணத்துடன் அந்த அத்தியாயத்தை நிறைவு செய்துள்ளேன்.

ஒவ்வொரு கதையையும் புரிந்து கொள்ள வெவ்வேறு கோணங்களை அறிமுகப்படுத்தி, உங்களை சிந்திக்கத் தூண்டுவது தான் இந்த புத்தகத்தின் நோக்கமே. இதை புரிந்து கொண்டு, கற்றவைகளை எல்லாம் உங்கள் வாழ்விலும்/வணிகத்திலும் செயல்படுத்துவது வாசகர்களான உங்கள் சாமர்த்தியமே.

* * *

வணிக சூழல் பயன்பாட்டிற்கான சொற்களஞ்சியம்

போர் – சந்தைப் பங்கை அதிகரிக்கும் பொருட்டு நிறுவனங்களிடையே நடக்கும் போட்டி

எதிரி – சக போட்டியாளர்

பிராந்தியம்/ராஜ்ஜியம் – சந்தை/பிரதேசம்

கூட்டாளி – பங்குதாரர்

கண் முன் இருக்கும் அனைத்தையும் அழிக்கும் கோபம் அவனுள் கொழுந்து விட்டு எரிந்தது.

எதிர்பாரா பெருந்துயரின் தாக்கத்தால் அவன் நிலை குலைந்து காணப்பட்டான்.

செய்தியை ஜீரணிக்க முடியாமல், தன்னை மறந்து, மலையின் உச்சி வரை சென்றுவிட்டான்.

தனது அரசன், தனது தலைவன், தனது வழிகாட்டி – மாண்டுவிட்டான்!

அவர்களின் அரசன் கண்ட துண்டமாக வெட்டுண்டு கிடப்பதாகவும், படை வீரர்களில் பெரும் பகுதியினர் போரில் மாண்டதாகவும் அவன் கை வசம் இருந்த குறிப்பில் எழுதியிருந்தது.

எதிரிகளை வீழ்த்த பெரும் திட்டங்கள் தீட்டி, தன்னை ஒரு வெற்றித் தூதுவனாக நியமித்த அவன் அரசன், வீழ்த்தப்பட்டான்.

ஏன்? எப்படி? அடுத்த என்ன? என பல கேள்விகள் அவன் சிந்தனையை ஆக்கிரமிக்க, அதற்கான விடைகளை அவன் கண்கள் தொடுவானில் தேடியது.

அடுத்து என்ன? என்கிற கேள்விக்கு மட்டும் அவனுக்குள் ஒரு தீர்க்கமான தெளிவு இருந்தது –

"என் அரசனை வீழ்த்தியவர்களை நான் பழி வாங்காமல் விடமாட்டேன்!"

முகவுரை

தற்கால மூவேந்தர்கள்

மூன்று தலைமை நிர்வாக அதிகாரிகளும் புதிதாக துவக்கப்பட்ட சிற்றுண்டி விடுதியான பீச்வில்லா கஃபேயில் *(Beachville Café)* சந்திக்கத் திட்டமிட்டிருந்தார்கள். அந்த விடுதியின் உட்புற சூழல், நட்பு மற்றும் பணி சார்ந்த விஷயங்களை பகிரவும் விவாதிக்கவும் தோதாக இருந்ததால், துவங்கப்பட்ட சிறிது காலத்திற்குள் இத்தகைய சந்திப்புகள் அதிகம் நடக்கும் ஒரு மையமாக விளங்கியது. நமது மூவேந்தர்களும் பள்ளி காலத்தில் தொடங்கிய நட்பை இதுவரை போற்றிப் பேணி வருவதால், இச்சிற்றுண்டியில் அவ்வப்போது சந்தித்து, தொழில் ரீதியான வளர்ச்சிகளை பகிர்வதோடு, சவால்களை பகுத்தாய்ந்து, தீர்வுகளின் சாதக பாதகங்களை விவாதிப்பதையும் வழக்கமாகக் கொண்டிருந்தார்கள்.

அனு, ஆரோக்கியத்தை மேம்படுத்தும் சாண்ட்விச் (இடையீட்டு ரொட்டி/*sandwich*) எனும் ஒரு சிற்றுண்டியை வார/மாத சந்தாதாரர்களுக்கு தயாரித்தும் வினியாகித்தும் வருகிறார். வெற்றிகரமான இரண்டாவது வருடத்தில் பயணிக்கும் இந்நிறுவனம் தனக்கென ஒரு வாடிக்கையாளர் கூட்டத்தை உருவாக்கி அவர்களை தன் வசம் தக்க வைத்துக் கொண்டும் இருந்தது. பத்து வேலையாட்களை கொண்டு அந்நிறுவனத்தை நடத்தும் அனு, நிறுவனத்தை பெரிதளவில் விரிவுபடுத்தும் முயற்சியில் ஈடுபட்டிருந்தாள். புதிதாக தொடங்கப்பட்டு, விரைவாக வளர்ந்து வரும் நிறுவனங்கள் பொதுவாக சந்திக்கும் சவால்களான நேரமின்மை, நிதி பற்றாக்குறை, மற்றும் வேறு சில பொதுவான நெருக்கடிகளால் இலக்குகளை அடைய முடியாமல் அனு அவதிப்பட்டுக்கொண்டிருந்தாள்.

கோகுல், வாடிக்கையாளர்களுக்கு சேவைகளை வழங்கும் க்ளிங்கோ என்கிற நிறுவனத்தை நடத்தி வருகிறார். மூன்று கிளைகளில் நூற்றி ஐம்பது

நபர்கள் வேலை பார்க்கும் இந்நிறுவனம் மிகத் துரிதமாக வளர்ச்சியின் அடுத்தடுத்த கட்டங்களுக்கு முன்னேறிக்கொண்டிருந்தது. அதி விரைவாக சென்று கொண்டிருக்கும் கப்பலின் (நிறுவனம்) வேகம் குறையாமல், அதை மாற்று திசையில் கொண்டு செல்வதே கோகுலின் மிகப் பெரிய சவாலாக இருந்தது.

ரிகாடா என்னும் பெயர் கொண்ட மென்பொருள் தயாரிப்பு நிறுவனம் ஒன்றை துவக்கி, நிர்வகித்து வந்த ராதாவிற்கு, உலகெங்கிலும் வாடிக்கையாளர்கள் இருக்கிறார்கள். தற்பொழுது, வெவ்வேறு நாடுகளில் நானூறுக்கும் மேற்பட்ட ஊழியர்கள் பணிபுரிந்து வந்தாலும், நாளொரு மேனி பொழுதொரு வண்ணம் என ரிகாடா வளர்ந்து கொண்டிருப்பதால், ஊழியர்களின் எண்ணிக்கை நாளுக்கு நாள் அதிகரித்துக்கொண்டே போனது.

அனு, கோகுல், மற்றும் ராதாவின் தொழில்முறை வழிகாட்டி ஜேகே. மூவரின் சந்தேகங்கைளை தீர்த்து, அவர்களின் கேள்விகளுக்கான விடைகள் கிடைக்கும் திசையை காண்பித்து, நல்ல தீர்வுகள் கிடைக்கும் வரை துணை நிற்கும் அவர்களின் நலம் விரும்பி.

பிரிவு 1

பழிவாங்குவது இனிமை. அல்லவா?

அத்தியாயம் 1

விவேகத்தோடு விளையாடு

"வெற்றிக் கனியை நான் இன்று தட்டிப் பறிப்பேன். எதிரிகள் தெறித்து, தப்பி ஓடிக் கொண்டிருக்கிறார்கள். மரணத்தின் வாயிலுக்குள் அவர்கள் நுழையும்வரை, அந்தக் கோழைகளை நான் துரத்துவேன். இந்தக் கோட்டையில் நாங்கள் பல தலைமுறைகளாக வாழ்ந்து வருகிறோம். எனது கோட்டையில், எனது கை மேலோங்கி இருக்கும் போதே, என்னை வெல்ல முயற்சிக்கிறார்கள் இந்த முட்டாள்கள். ஆயுளுக்கும் மறக்க முடியாத ஒரு பாடத்தை நான் சுந்தர பாண்டியனுக்குக் கற்பிப்பேன்."

பல நூற்றாண்டுகளாகவே பாண்டியர்களும் சோழர்களும் பரஸ்பரம் பகைமை பாராட்டி வந்தனர். ஆற்றில் வெள்ளம் கரைபுரண்டு ஓடும் பொது, கரையோரம் இருக்கும் வயல்கள் ஆக்கிரமிக்கப் படுவது போல, இருவரில் யார் கை ஓங்கி இருக்கிறதோ அவர்கள் அடுத்தவரின் நிலங்களை ஆக்கிரமித்து, தங்களின் ஆதிக்கத்தை வெளிப்படுத்தத் தவறியதில்லை. இரு நாடுககிக்கிடையே, எங்கெல்லாம் எல்லைக் கோடு சரியாக வரையறுக்கப் படாமல் இருந்ததோ, அங்கெல்லாம் உச்சகட்ட பதற்றம் நிலவியது. ஆறாத புண்ணைப் போல, அந்த சர்ச்சைக்குரிய இடங்கள் எல்லாம், சோழ மற்றும் பாண்டிய முடியரசுகளுக்கு ஒரு தீராத தலைவலியாக திகழ்ந்தன.

பாண்டியர்களின் வளர்ச்சியையும் வீரத்தையும் பறைசாற்றும் விதமாகவே பதிமூன்றாம் நூற்றாண்டின் பெரும்பகுதி விளங்கியது. குறுநில மற்றும் பெருநில மன்னர்களின் ராஜ்ஜியங்களைக் கைப்பற்றி பாண்டிய மன்னர்கள் தங்கள் வளர்ச்சியை உறுதிப்படுத்தினர். இதனால் இவர்களின் ஆட்சிக்கு உட்பட்டிருக்கும் நாடுகளின் எண்ணிக்கையும், கஜானாவின் செல்வ வளமும் அதிகரித்துக் கொண்டே இருந்தது. செல்வச்

செழிப்போடு இருந்தால் மனநிறைவு நிச்சயம், ஆனால் பேராசையும் அழையா விருந்தாளியாக வந்து விடுகிறது.

பாண்டிய வம்சத்தின் மறுமலர்ச்சிக்குக் காரணமான முதலாம் சுந்தர பாண்டியனும் பேராசைக்கு ஆளானான். களிப்பும் கோபமும் தான் மிஞ்சியது. அவனது வம்சத்தின் வளர்ச்சிக்காக அவன் எடுத்த முயற்சிகளும், பலன்களும் அவனுக்கு மட்டற்ற மகிழ்ச்சி அளித்தாலும், குலோத்துங்கன் என்கிற சோழர்களின் (சிறிய) தலைவன், சுந்தர பாண்டியனுக்கு பெரும் தலைவலியாக இருந்தான். முள் சிறிது என்றாலும் அதனால் ஏற்படும் வலி மிகப் பெரியதாக சுந்தர பாண்டியனுக்கு தோன்றியது. (சோழர்களின் அதிகாரமும், ஆதிக்கமும் பெருமளவு ஒடுக்கப்பட்டதாகக் கருதிய சுந்தர பாண்டியன், குலோத்துங்கனை, அரசன் என்கிற அடைமொழியோடு குறிப்பிடப்படுவதையும் வெறுத்தான்).

"கடைசியாக எஞ்சியிருக்கும் உறையூர் கோட்டையை இந்த குலோத்துங்கன் துறக்க மறுக்கிறானே!! எப்பாடு பட்டாவது, அவனை வென்றால் தான், உறையூரிலும் எனது ஆதிக்கத்தை நிலைநாட்டி, பாண்டிய வம்சம் தடை இன்றி வளர்வதை நான் உறுதி செய்ய முடியும்".

யதார்த்தத்தை ஏற்காமல், ஒரு கற்பனை உலகத்தில் வாழும் கூட்டத்தினரின் தலைவனாக திகழ்ந்தான் குலோத்துங்கன். அவன் மனதில், கண்ணில் படும் பூமி அனைத்தும் அவன் ஆட்சிக்கு உட்பட்டது என்கிற எண்ணம் மேலோங்கி இருந்தது. கடந்த கால சாதனைகளையும் பெருமைகளையும் பேசிக்கொண்டு, காற்றில் பல கோட்டைகள் கட்டி, நிகழ்கால நிதர்சனத்தை மறந்து இருந்தான். வலிமை பொருந்திய வியூகத்தாலும், படைபலத்தாலும் சாதிக்க வேண்டிய காரியங்களை, வெற்று அச்சுறுத்தல்களாலும், காழ்ப்புணர்வாலும் நிறைவேற்ற முயன்றான் குலோத்துங்கன். பாண்டியர்களை, கோழைகள் என்றும், குஷ்டர்கள் என்றும், வலிமை அற்றவர்கள் என்றும் (அக்கால) வசை மொழிகளால் தூற்றி ஓலை மேல் ஓலை அனுப்பினான்.

சுந்தர பாண்டியன், மாணிக்கம் மற்றும் வேலன் என்கிற தன் இரு தளபதிகளை அழைத்து, ஆற்ற வேண்டிய செயலை, எளிமையான அறிவுரைகளாக எடுத்துரைத்தான். "என் ராஜ்ஜியத்திலிருந்து குலோத்துங்கனை அப்புறப்படுத்தும் நேரம் வந்து விட்டது. அவன் தலையை கொய்து வரும் பொறுப்பை நான் உங்களிடம் ஒப்படைக்கிறேன்.

வருகிற பௌர்ணமிக்குள் நீங்கள் இக்காரியத்தை முடிக்க வேண்டும்" என்று கட்டளை இட்டான்.

இது போன்ற ஒரு சந்தர்ப்பத்திற்காகவே காத்திருந்த வேலனும், மாணிக்கமும் புன்னகையுடன் அரசனிடமிருந்து விடைபெற்றனர். போர்க்கலையில் தேர்ந்த, அனுபவமிக்க வீரர்களான இவ்விருவரும், எந்த போரில் கடைசி வரை போராடி வெல்ல வேண்டும், எந்த போரிலிருந்து விலக வேண்டும், என்பதை நன்கு அறிந்தவர்கள். போர் தொடர்வதால் தமக்கு சாதகமாக எதுவும் நிகழப்போவதில்லை என்பதை உணர்ந்த சில சமயங்களில், அவர்கள், அப்போரில் இருந்து விலகத் தயங்கியதில்லை. இதை தவறாகப் புரிந்து கொண்ட எதிரிகள், பாண்டியர்களை கோழைகள் எனக்கூறி இழிவு படுத்தினர். இந்த வதந்திகளை அவர்கள் பொது மக்களிடம் தீ என பரவ விட்டனர் - பாண்டியர்கள் ஒரு சண்டையின் நடுவே ஓடத் தயங்காதவர்கள். இவர்களின் செயல்பாடுகளில் வீரம் எங்கிருக்கிறது? மண்ணிற்காக நடக்கும் ஒரு சவாலில் அல்லது போரில் இருந்து அம்மண்ணின் "வீர" மைந்தர்கள் எவ்வாறு பாதியில் ஓட முயற்சிக்கலாம்? இவை அனைத்திற்கும் ஒரே பதில் - கோழைத்தனம். ஆதலால் பாண்டியர்கள் அனைவரும் தோற்று ஓடும் கோழைகள் என்பது தெள்ளத்தெளிவாக புரிகிறது.

இந்த அவப்பெயர் உடும்புப் பிடி போல ஒட்டிக்கொண்டு தொடர்ந்தாலும், சுந்தர பாண்டியன் தங்களின் மேல் வைத்திருந்த நம்பிக்கையை, மாணிக்கமும் வேலனும் நன்கு உணர்திருந்தனர். எதிர்பாரா தாக்குதல், தற்காப்புச் சண்டை, சண்டையிலிருந்து விலகுதல் என அனைத்து யுக்திகளின் நன்மைகளையும் பாண்டிய மன்னன் நன்கறிவான்.

ஏச்சுகளாலும் அவமதிப்புகளாலும் பாண்டியர்களை விடாது சீண்டிக் கொண்டே இருந்தான் குலோத்துங்கன். சுந்தர பாண்டியன், ஒரு வாரத்தில் சோழர்களை போரில் சந்திக்க ஆயத்தமாகிக் கொண்டிருப்பதாக பதில் ஓலை ஒன்றை அனுப்பினான் மாணிக்கம். தாக்குதல் பெரியதாக இருக்கும் என்றும், அனைத்து திக்குகளில் இருந்தும் தாக்குதல் நடக்கும் எனவும் எச்சரிக்கை விடுத்தான். ஆனால் அதைப் படித்த குலோத்துங்கன் எள்ளி நகையாடினான். தனது ஆதிக்கம் மேலோங்கி இருக்கும், தனது ராஜ்ஜியத்தில், தன் கோட்டைக்கே எதிரி வருகினானா? ஆஹா!! வெற்றி நிச்சயம் எனக்கே, என நினைத்தான்.

சுந்தர பாண்டியனின் இரு தளபதிகளும் குலோத்துங்கனின் ராஜ்ஜியத்தை அடைந்தார்கள். கோட்டையிலிருந்து பார்க்கும் போது, தொடுவானம் தெரியும் தூரத்தில் அவர்கள் முகாம்களை அமைத்தனர். தொலைநோக்கியிலிருந்து பார்க்க முயன்றாலும், கண்ணனில் படாத இடத்தை தேர்ந்தெடுத்திருந்தனர். 100,000 போர் வீரர்களுடன் எதிரி வந்திருப்பதாக குலோதுங்கனுக்கு செய்தி வந்து சேர்ந்தது. குலோத்துங்கனுக்கு விசுவாசமாக, அவன் பக்கம் நின்று போர் புரிவேன் என வாக்களித்த தோழமை அரசர்கள் கூட பாண்டியர்களோடு கூட்டு சேர்ந்து விட்ட தகவல் குலோத்துங்கன் கவனத்திர்ற்கு வந்தது.

முற்றுகை முயற்சியின் முதல் நாள் இரவே, நகரின் தெற்குப் பகுதியில் எறிந்த விளக்குகளின் பிரகாசத்தைக் கண்டு, சோழ நாட்டு மக்கள் பயத்தில் அஞ்சி நடுங்கித்தான் போனார்கள். சொன்னதைப் போலவே சுந்தர பாண்டியன் 100,000 போர் வீரர்களுடன் வந்து விட்டான். எவ்வளவு திராளான வீர்கள், எவ்வளவு தீப்பந்தங்கள்!!! பொறுமையாக காத்திருப்பதுதான் விவேகமான செயல் என சோழர்கள் அமைதி காத்தனர்.

இரண்டு நாட்களுக்குப் பிறகு, குலோத்துங்கனின் அமைச்சர் ஒருவர் அரசனைக் காண ஓடி வந்தார்.

“அரசே, கவனித்தீர்களா? இன்றைக்கு தீப்பந்தங்களின் எண்ணிக்கை குறைந்தது போல் உள்ளது.”

குலோத்துங்கனும் இதை கேட்டவுடன் கோட்டையின் கோபுரத்திற்கு விரைந்தான். அமைச்சரின் கூற்று சரியாகத்தான் இருந்தது; தீப்பந்தங்களின் எண்ணிக்கை வெகுவாகக் குறைந்து இருந்தது. என்ன நடக்கிறது? பின் பக்கத்திலிருந்து தாக்குதல் நடத்த திட்டமிட்டுக் கொண்டிருக்கிறார்களா? வடக்கு திசையில் பாதுகாப்பை பலப்படுத்தும் பொருட்டு கூடுதல் காவலாளிகளை அனுப்ப உத்தரவிட்டான்.

மேலும் இரண்டு நாட்களுக்குப் பின், தீப்பந்தங்களின் எண்ணிக்கை மீண்டும் குறைந்திருப்பதை சோழர்கள் கவனித்தார்கள். சுந்தர பாண்டியனிடம் சுமார் 40,000 வீரர்களே எஞ்சியிருப்பதாக சோழர்கள் நினைத்தார்கள்.

போரின் ஆறாவது நாளின் முடிவில், குலோத்துங்கனின் ஒற்றர்கள், எதிரியின் படையில் வெறும் 10,000 வீரர்கள் மட்டுமே இருப்பதாக தகவல் தெரிவித்தார்கள். ஏனையர்கள் போரை துறந்து, சுந்தர

பாண்டியனை கைவிட்டு விட்டனரோ? போரில் பாண்டியனுக்கு பக்க பலமாக இருப்பதற்காக கூட்டணியில் சேர்ந்தவர்கள் எல்லாம் போர் களத்திலுருந்தே ஓடிவிட்டார்கள் போலும்.

"பாண்டியர்கள் எப்பொழுதுமே கோழைகள் தான். பாருங்கள்... போர் முடியும் வரை கூட அவர்களால் படையினரிடையே ஒற்றுமையை நிலைநாட்ட முடியவில்லை. ஹா ஹா ஹா!"

ஏழாவது நாளின் இரவில், குலோத்துங்கனின் படையை காட்டிலும் பாண்டியர்களின் படையில் வீரர்களின் எண்ணிக்கை மிகக் குறைவாக இருப்பதை சோழர்கள் புரிந்து கொண்டார்கள். அடுத்த நாள் விடிந்ததும், ஒற்றர்கள், குலோத்துங்கனிடம், எதிரிகள் தங்கள் முகாம்களை எல்லாம் கட்டிக் கொண்டு போர்க்களத்தை துறந்து, திரும்பிப் போகிறார்கள் என்கிற தகவலை உரைத்தார்கள்.

குலோத்துங்கன் தனது படையைத் தயார் செய்து கொண்டு, தப்பியோடும் எதிரியை வீழ்த்தத் தயாரானான்.

> "வெற்றிக் கனியை நான் இன்று தட்டிப் பறிப்பேன். எதிரிகள் தெறித்து, தப்பி ஓடிக் கொண்டிருக்கிறார்கள். மரணத்தின் வாயிலுக்குள் அவர்கள் நுழையும்வரை, அந்தக் கோழைகளை நான் துரத்துவேன். இந்தக் கோட்டையில் நாங்கள் பல தலைமுறைகளாக வாழ்ந்து வருகிறோம். எனது கோட்டையில், எனது கை மேலோங்கி இருக்கும் போதே, என்னை வெல்ல முயற்சிக்கிறார்கள் இந்த முட்டாள்கள். ஆயுளுக்கும் மறக்க முடியாத ஒரு பாடத்தை நான் சுந்தர பாண்டியனுக்குக் கற்பிப்பேன்."

குலோத்துங்கன், தனது தளபதிகளுக்கு, கோட்டையிலிருந்து கிளப்புவதற்கான ஆணையை பிறப்பிக்கும் நேரம் மதிய பொழுதாகிவிட்டிருந்தது. முழு ஈடுபாட்டுடன் வீரர்கள், எதிரியை துரத்தும் பணிக்கு ஆயத்தமாக இருந்தார்கள். அவர்கள் நடையில் கூட ஒரு துள்ளல் இருந்தது. குலோத்துங்கனும், இந்த தாக்குதலை முன்னின்று வழிநடத்தினான். அந்தி சாயும் நேரம், அவர்கள் ஒரு பள்ளத்தாக்கை, ஒரு குறுகிய பாதையை உபயோகித்து கடக்க வேண்டி இருந்தது. மங்கலான வெளிச்சத்தில் செங்குத்தான பாறைகள் இடையே படை வீரர்கள் நடந்து கொண்டிருந்தார்கள். பாதையில் அவர்கள் ஒரு திருப்பு முனையை அடைந்தனர். அந்த பள்ளத்தாக்கு முடிவதை குறிக்கும் விதம் அங்கு ஒரு

மரம் இருந்தது. அந்த மரத்தில் கட்டப்பட்டிருந்த கொடியைப் பார்த்த ஒரு காவலாளி, அதை அரசனிடம் சுட்டிக்காட்டினான்.

ஆர்வம், ஒருவரின் செயல் திறனைத் தூண்டிவிடும். குலோத்துங்கனும் ஆர்வ மிகுதியில், மரத்தின் அருகே சென்று, பொறிக்கப்பட்ட வாக்கியத்தை விளக்கின் ஒளியில் படிக்க முற்பட்டான்.

"குலோத்துங்க சோழனே, இன்று, இந்த மரத்தடியில், நீ மடிவாய்!"

என்று எழுதியிருப்பதை மிக அருகில் சென்று தெரிந்துகொண்டான்.

படித்தவுடன், அதிர்ச்சியில் திடுக்கிட்டு, குலோத்துங்கன் சுதாரிக்க முயன்றான். ஏதும் உரைப்பதுற்குள், அவனது உடல் சரமாரியாக பொழிந்த அம்புகளால் துளைக்கப்பட்டது. எழுதி இருந்ததைப் போலவே, குலோத்துங்கன், அன்று, அதே மரத்தடியில், மாண்டான். பள்ளத்தாக்கின் மேல் மறைந்திருந்த சுந்தர பாண்டியனின் வில்லாளர்கள், குலோத்துங்கனின் படையை தாக்கி, அவர்களை நிலை குலையச் செய்தனர்.

இதெல்லாம் எப்படி சாத்தியமாயிற்று?

மாணிக்கமும் வேலனும், குலோத்துங்கனை வெல்ல, திட்டக்குழு ஒன்றை அமைத்து, ஒரு யுக்தியை வடிவமைத்தார்கள். பாண்டியர்கள் அனைவரும் கோழைகளே என்கிற குலோத்துங்க சோழனின் அபிப்ராயத்தைக் கொண்டே அவனை வீழ்த்தத் திட்டமிட்டார்கள்.

"நம்மை கோழைகள் என்று தானே அவர்கள் கருதுகிறார்கள், அவர்களது அந்த நினைப்பையே நமக்கு சாதகமாக பயன்படுத்திக் கொள்வோம்" என்றான் வேலன்.

பல சமயங்களில், ஒருவரின் தவறான கண்ணோட்டமே, இன்னொருவரின் வெற்றிக்கு வித்தாகிறது.

வெறும் 5,000 வீரர்களை திரட்டிக்கொண்டு வேலனும் மாணிக்கமும், குலோத்துங்க சோழனை வீழ்த்தச் சென்றார்கள்.

தவறான செய்திகளாலும், பொய்களாலும், 100,000 வீரர்கள் வந்திருப்பது போன்ற ஒரு மாயையை உருவாக்கினார்கள். அந்த மாயையை உறுதிப்படுத்தும் வண்ணம், 100,000 தீப்பந்தங்களை தொடுவானம் முழுதும் பரப்பி வைத்தார்கள். இச்செயல்களால் சோழர்களும், எதிரிகள்

ஒரு பெரும் படையென திரண்டு வந்திருக்கிறார்கள் என்று நம்பினார்கள். நாட்கள் செல்லச் செல்ல, தளபதிகள் இருவரும், முகாம்கள் மற்றும் தீப்பந்தங்கள் எண்ணிக்கைகளை குறைத்தார்கள். பாண்டிய வீர்கள் மத்தியில் மீண்டும் கோழைத்தனம் தலை தூக்க, கும்பல் கும்பலாக அவர்கள் போர்க்களத்தை துறந்து செல்கிறார்கள் என சோழர்கள் அவர்களை தவறாக மதிப்பிட்டனர்.

குலோத்துங்கன் இவர்களை துரத்தி வருவது வரை அனைத்தையும் பாண்டியனின் தளபதிகள் முன்பே திட்டமிட்டிருந்தார்கள். தாக்குதல் நடத்த வேண்டிய நாள், நேரம், எதிரிகள் (சோழர்கள்) தேர்ந்தெடுக்க வேண்டிய பாதை போன்ற முக்கிய நிகழ்வுகளையும் முன்பே தீர்மானித்திருந்தார்கள். சோழர்கள் அந்தப் பள்ளத்தாக்கைக் கடந்து தான் எதிரிகளை துரத்தி வர முடியம் என்பதையும், அவர்கள் அந்த இடத்துக்கு வந்து சேரும் நேரம் அந்திப் பொழுதாக இருக்கும் என்பதையும் வேலன் அறிந்திருந்தான்.

ஆர்வக் கோளாறு ஆபத்தில் முடிந்தது. அந்த ஆபத்து, ஒரு சோழ மன்னரும், அவரின் சிப்பாய்கள் பலரின் உயிர் இழப்பிற்கும் வழி வகுத்தது.

உடல் முழுதும் அம்புகள் துளைத்திருக்க, பூமியில் குலோத்துங்கள் வீழ்ந்து கிடந்தான். வாழ்வின் முக்கிய நிகழ்வுகள் அனைத்தும், ஒரு வினாடி, கண் முன் தோன்றி மறைந்தது.

ஐயோ, முன்பே யோசித்ததைப் போல, நான் இப்படி நடந்திருந்தால்……

இந்தக் கதை சன் ஸூ எழுத்துக்களாலும், வெய் மற்றும் சி ராஜ்ஜியங்களுக்கு இடையேயான போர்க் கதைகளால் என்னுள் ஏற்பட்ட தாக்கத்தாலும் உருவானது. இவை அனைத்தும் தென்னந்திய வரலாற்றில் நிகழ்ந்ததைப் போல எழுதி இருக்கிறேன்.

* * *

படிப்பினை

ஒரு தலைவன், தன் வீரர்களை நன்றாகப் புரிந்து வைத்திருக்க வேண்டும். அவர்கள் அனைவருக்கும் நன்கு பயிற்சி அளித்து இருக்கவும் வேண்டும். தலைவன், ஒரு உண்மையான வீரனாக இருந்தால், சூழ்நிலைக்கேற்றார் போல் தன்னை பலவீனவனாக சித்தரிக்கத் தயங்க மாட்டான். அவனும், அவன் வீரர்களும் ஒழுக்கம் நிறைந்தவர்களாக இருந்தால், பிறரை குழப்பும் வண்ணம் அவர்களால் செயல்பட முடியும். எதிரிகளை ஒரு மாயையில் சிக்க வைத்து, அதிலிருந்து அவர்கள் விடுபடுவதற்கு முன், குறைந்த பட்ச வீரர்களைக் கொண்டு வெற்றியை தட்டிப் பறித்து வரும் சாதுர்யம் பெற்றவனே நல்ல தலைவன். ஒரு உண்மையான தளபதி, தன் வசமும், எதிரியின் வசமும், குறைந்தபட்ச உயிரிழப்போடு இலக்கை அடைவதே சிறந்தது என்பது உணர்ந்து செயல்படுவான்.

மூவேந்தர்: அடித்தளம் அமைத்தல்

ராதா: என் தொழிலில் எனக்கு ஒரு பெரிய போட்டியாளர் இருக்கிறார். அவர் வாடிக்கையாளர்களை தன் கிடுக்கிப்பிடியில் வைத்துள்ளார். நான், அவரது கோட்டையான ஜெர்மனியில் கால் தடம் பதிக்க திட்டமிட்டுக் கொண்டிருக்கிறேன். இதை அறிந்தால் அவர், என்னை பொசுக்கி விடுவார்.

அனு: இது நாம் அனைவரும் சந்திக்கும் ஒரு பிரச்சனை தானே? நாம் வளர்ச்சிப் பாதையில் பயணிக்க வேண்டும். ஆனால் நமது லட்சியங்களையும் திட்டங்களையும் போட்டியாளர்கள் அறிந்துவிடாதபடி எவ்வளவு நாள் தான் மறைத்து, மறைந்து செயல்படுவது?

கோகுல்: என்னுடைய சேவையை நெடு நாளாக பயன்படுத்தி வரும் சில முக்கிய வாடிக்கையாளர்கள் இருக்கிறார்கள். அவர்களை என் தொழில் முறை எதிரிகள் எப்போது கொத்திக் கொண்டு செல்வார்களோ என கவலையாக இருக்கிறது. இந்தப் பிரச்சனையை எப்படி சமாளிப்பது?

ஜே கே: ராதா, உன் போட்டியாளரை பலவீனப்படுத்த, குறைந்த பட்சம் அவன் வாடிக்கையாளர் எத்துணை பேரை நீ உன் பக்கம் இழுக்க வேண்டும்? அவன் வாடிக்கையாளர்களை அடையாளம் கண்டு, ஒன்றன் பின் ஒன்றாக, அவர்களை உன் வாடிக்கையாளராக மாற்று. குறைந்த பட்ச வாடிக்கையாளர் குழாம் அமையும் வரை உன் நடவடிக்கைகள் அனைத்தும் ரகசியமாக இருக்க வேண்டும். வெளிப்படையாக எதையும் முயற்சிக்கக் கூடாது. நல்லதொரு பிரச்சாரத்தை திட்டமிட்டு, நீ பிரான்ஸ் நகரில், பெரிய அளவில் உன் தொழிலை விரிவு படுத்தப் போவதாக ஒரு (பொய்யான) செய்தியைப் பரப்பு. இந்தக் கதையில், சுந்தர பாண்டியன் செய்ததைப் போல, உன் தீப்பந்தங்களை (கிளை அலுவலகங்கள் எண்ணிக்கையை) மாற்று திசையில் (பிரான்ஸ் நகரில்) அதிகரி. சில முக்கிய கோட்டைகளை (ஜெர்மனி நாட்டில் சில பிரதான வாடிக்கையாளர்கள்) நீ கைப்பற்றும் வரை உன் போட்டியாளரின் கவனம் முழுதும் வேறு பக்கம் இருக்குமாறு பார்த்துக்கொள்.

அனு, உன்னுடைய சவால்கள் வேறு விதமானவை என்பதை நான் அறிவேன். ஆனால் தீர்வுக்கான அணுகுமுறை அதேதான். பெரிய அளவில் பிரச்சாரத்தை மேற்கொண்டு நீ என்ன சாதிப்பாய்? 'நான்' என்கிற உன் சுயத்தையும், மாயையை உண்டாக்கும் அளவீடுகளை ஒதுக்கி வை. இதுவரையிலான உன் சுய வளர்ச்சியை தொடர/அதிகரிக்க நீ உன் பணப்புழக்கத்தை அதிகரிக்க வேண்டும். உன் வருவாயை மேம்படுத்த,

உனக்கென ஒரு குறு வாடிக்கையாளர் கூட்டத்தை உருவாக்கி, அவர்கள் மூலம் ஒரு நிலையான தொடர் வருவாயை நீ உறுதிப்படுத்திக்கொள்ள வேண்டும். உனது இந்த நீண்ட பயணத்தில், உன் மேல் நம்பிக்கை வைத்து, உனது பொருட்களை தொடர்ந்து வாங்கி, அதன் வழி உன் முதலீட்டை பெருக்க உதவும் வாடிக்கையாளர் கூட்டம் உனது அவசரத் தேவையாகும், உனது இந்த பயணத்தின் போது சில தகுதியில்லாத வாடிக்கையாளர்களையும், பயனற்ற பொறுப்புகளையும் நீ ஏற்க வேண்டி வரலாம். அப்பொழுதெல்லாம், அந்த கூடுதல் சுமையால் உனக்கு போதிய ஆதாயம் இருப்பதை உறுதி செய்த பின்பே நீ அவற்றை ஏற்க வேண்டும்,. ஒரு பெரிய வாடிக்கையாளர் கூட்டமும், அவர்கள் மூலம் நல்ல வருவாயை ஈட்டும் வரையிலும் நீ ஒளிந்திருப்பதைப் போல நடிக்க வேண்டும். ஒரு வலிமையான போட்டியாளராக நீ உருவான பின், தக்க சமயத்தில் உன் சுயரூபத்தையும், பலத்தையும் நீ வெளிப்படுத்த வேண்டும்,

கோகுல், உன் தொழிலில் நீ நன்றாக வேருன்றி இருக்கிறாய்; அதனால் எதிரிகள் உன் மீது தொடர் தாக்குதல் நடத்தும் அபாயம் இருக்கிறது. வாடிக்கையாளர்களுடனான உன் உறவை நீ மேம்படுத்திக் கொள்ளாமல் மெத்தனமாக இருந்தால் என் சொல்லில் உள்ள உண்மையை பெரும் பாதிப்பிற்குப் பின், தாமதமாக நீ உணர்வாய். தற்பெருமையை உன் மூளையை மழுக்கடிக்க விடாதே. சோழர்களைப் போல, புதுப் புது போட்டியாளர்களுடன் சின்னச் சின்னச் சண்டையில் ஈடுபடாதே. உன் வாடிக்கையாளர்களை சுற்றி ஒரு பாதுகாப்பு வட்டம் அமைத்து உன் சேவையால் அவர்களை திக்குமுக்காட வை. உன் போட்டியாளர்கள் எந்த வியூகத்தைக் கையாண்டாலும் உன் வாடிக்கையாளர்கள் அவர்களிடம் போகாதவாறு நீ செயல் பட வேண்டும்.

MARKETING CASE IN POINT

2003

நெதர்லாந்து நாடெங்கிலும் பல கிளைகள் கொண்ட ஒரு பிரபல மளிகைக் கடையான ஆல்பர்ட் ஹெய்ன் (AH), அதன் வாடிக்கையாளர்களை, அல்டி மற்றும் லிடில் என்கிற போட்டியாளரிடம் அதிக அளவில் இழந்து கொண்டிருந்தது.

போட்டியாளருடன் நேரடி மோதலில் ஈடுபட விரும்பாத ஆல்பர்ட் ஹெய்ன் நிறுவனம், எப்பொழுதும் போல நடுத்தர வர்கத்தினர் உபயோகிக்கும் பொருட்களை விற்பனை செய்யும் தன் பணியை தொடர்ந்தது. போட்டியாளர்கள், ஆல்பர்ட் ஹெய்ன் விற்பனை விலையை விட 3 – 6% குறைந்த விலையில் அதே பொருட்களை விற்றனர்.

பல ரகசிய திட்டக் கூட்டங்களிற்குப் பிறகு ஆல்பர்ட் ஹெய்ன் நிறுவனம் தனது தாக்குதலை தொடங்கியது. தாக்குதல் தொடங்கும் வரை அதன் கிளை மேலாளர்களுக்குக் கூட விஷயம் ஏதும் தெரியாத வண்ணம் தனது நடவடிக்கைகளை ரகசியமாக வைத்திருந்தது. குறிப்பிடத்தக்க அளவிற்கு பல பொருட்களின் விற்பனை விலையை குறைத்து அந்தச் செய்தி மக்களை சென்றடைய அதிகபட்ச விளம்பர நடவடிக்கைகளை மேற்கொண்டது.

தொடக்கத்தில் போட்டியாளர்கள் யாரும் ஆல்பர்ட் ஹெய்ன் நிறுவனத்தின் நடவடிக்கைகளை பெரிதாக பொருட்படுத்த வில்லை. ஆனால் அந்நிறுவனத்தின் விற்பனையும், லாபமும் தொடர்ந்து அதிகரித்துக் கொண்டே இருந்ததால், மற்றவர்களும் தங்கள் பொருட்களை தள்ளுபடி விலையில் விற்கத் துவங்கினார்கள். ஆனால் போட்டியாளர்கள் அதிர்ச்சியுறும் வண்ணம் ஒவ்வொரு வாரமும் ஒரு குறிப்பிட்ட தயாரிப்பு வகை பொருட்களுக்கு விலையை குறைத்தது ஆல்பர்ட் ஹெய்ன் நிறுவனம். இதனால் போட்டியாளர்களும் சொற்ப லாபத்திற்கு பொருட்டுகளை அதிகபட்ச தள்ளுபடி விலையில் விற்றார்கள். இவ்வாறாக ஆல்பர்ட் ஹெய்ன் தன் போட்டியாளர்களை நஷ்டத்தில் தள்ளியது. 2004 ஆம் ஆண்டின் கோடைக் காலத்தில், 1500 க்கும் அதிகமான பொருட்களை, 35% தள்ளுபடியில் விற்றது.

அனைத்தையும் முன்பே திட்டமிட்டு விநியோகஸ்தர்களிடம் குறைந்த விலைக்கு பொருட்களை பேரம் பேசி வாங்க முடிந்ததால் ஆல்பர்ட் ஹெய்ன் நிறுவனம் நினைத்ததை நடத்தி முடித்தது.

2005 ஆம் ஆண்டின் தொடக்கத்திற்குள் போட்டியாளர்கள் அனைவரும் பின்னுக்குத் தள்ளப்பட, ஆல்பர்ட் ஹெய்ன் நிறுவனம் முதலிடத்தில் இருந்தபடி தொழிலை சிறப்புற நடத்தியது.

அத்தியாயம் 2

முட்டாள்கள் முன்யோசனையின்றி முன்னேற முயற்சிப்பார்கள். நீங்கள் எப்படி?

பழிக்குப் பழி

சுந்தர பாண்டியனால் என் தந்தை தன் இன்னுயிர் நீற்றார். அதற்காக அவனை பழி வாங்காமல் நான் ஓயமாட்டேன்.

நினைத்த நேரத்தில், பழி வாங்கும் முயற்சி வெற்றி பெற்றால், அதன் மகிழ்ச்சி

பன்மடங்கு அதிகரிப்பது உண்மை தானே.

மூன்றாவது ராஜ ராஜ சோழன், மூன்றாவது குலோத்துங்கனின் மகன் ஆவான். மகன் (ராஜ ராஜ சோழன்) அருகில் இல்லாத பொழுது, பாண்டிய வம்சத்து அரசனான சுந்தர பாண்டியன், தந்தையை (குலோத்துங்கன்) கொன்று விட்டான்.

ராஜராஜன் தலைநகருக்கு திரும்பும் போது, தனது தந்தை, மக்கள், ராஜ்ஜியம் என அனைத்தையும் அவன் இழந்திருந்தான்.

அவன் தாயும், உடன் பிறப்புகளும் ஒரு ரகசிய சுரங்கப் பாதை மூலம் தப்பித்து இருந்தனர். ராஜ ராஜன் முன்பே தீர்மானிக்கப்பட்ட ஒரு இடத்தில் அவர்களை சந்தித்தான். கோபத்திலும், பழி வாங்கும் உணர்ச்சியிலும், அவன் தாயும் அவனைப் போலவே கொந்தளித்துக் கொண்டிருந்தாள். நம் வீரம், பரம்பரை கௌரவம் மற்றும் உரிமைகள் அனைத்தையும் அவர்கள் சிதைத்து விட்டார்கள். நீ தான் அவைகளை மீட்டெடுக்க வேண்டும் என அவனைத் தூண்டி விட்டாள்.

சினம் கொண்ட சிங்கம் போல ராஜ ராஜன் துடிப்புடன் தாக்குதலுக்குத் தயாராகிக் கொண்டிருந்தான்.

ஒரு சராசரி 20 வயது இளவரசன் என்ன செய்வானோ, அதைத்தான் ராஜராஜனும் செய்தான். கண்மூடித்தனமாக வெறி கொண்டு ஓடினான்.

பள்ளத்தாக்கில் நடந்த தாக்குதலில் எஞ்சியிருந்த வீரர்களை ஒரு சிறிய படையென ஒன்றிணைத்தான்.

"கோழைகளான சுந்தர பாண்டியனும் அவனது தளபதிகளும், செங்குத்தான பாறைகளின் மேல் அமர்ந்து எனது வீரர்களை தாக்கினார்கள். எனது வீரர்கள் கீழே பள்ளத்தாக்கில் சிக்கிக் கொண்ட நேரம் பார்த்து அவர்களின் வில்லாளர்கள் அம்பு மழை சொரிந்தார்கள். போரில் வெற்றி காண இப்படியொரு வழியை கையாள்வதா? போட்டியும், நேர்மையும் இன்றி நடப்பது போர் ஆகுமா?" என்று சீற்றம் கொண்டான் இளவரசன்.

தலைக்கேறிய சினம், பழி தீர்க்க வேண்டும் என்கிற வேகம், என கொலைவெறியில் இருந்த ராஜராஜனும் அவனது சிறிய படையும், வழியில் தென்பட்ட நகரங்கள் மற்றும் கோட்டைகள் என அனைத்தையும், தாக்கி, சிதைத்த வண்ணம் முன்னேறிக்கொண்டிருந்தார்கள். தீவிர சிந்தனை இன்றி, இடம், பொருள், ஏவல் மறந்து, கண்மூடித்தனமான வன்முறையில் ஈடுபட்டார்கள். சுந்தர பாண்டியன் எங்கிருக்கிறான் என்பதை அறிந்த ராஜ ராஜன், காட்டு வழியே படையை வழி நடத்திச் சென்றான். பாண்டிய மன்னன் மற்றும் அவனது படைகள் மீது திடீர் தாக்குதல் நடத்தத் திட்டமிட்டிருந்தான்.

"மின்னல் வேகத்தில் அவர்களை தாக்கி, பழி தீர்த்து, ராஜ்ஜியத்தை நாம் கைப்பற்ற வேண்டும்!" என இளைய மற்றும் முதிய வீரர்கள், கொல்லர்கள், மற்றும் இன்ன பிற வேலைகள் செய்யும் இளைஞர்களைக் கொண்ட தன் சிறிய படையினருக்கு, போருக்கு செல்லும் முன், ஊக்கம் அளிக்கும் விதம் உரையாற்றினான்.

அந்தி சாயும் பொழுதில், நகர் வாழ் மக்கள் ஓய்வெடுக்க, காவலர்கள் களைத்திருக்க, பகல் பொழுதின் வீரர்கள் இரவு நேர காவலர்களுக்கு பொறுப்புகளை ஒப்படைக்கும் நேரம், ராஜ ராஜன் தாக்குதலை நடத்தத் திட்டமிட்டிருந்தான்.

மரங்கள் அடர்ந்து வளர்ந்து இருந்ததால், ராஜ ராஜனும் அவனது சிறு படையும், சத்தமின்றி, ரகசியமாக முன்னேற அது ஏதுவாக இருந்தது. சுந்தர பாண்டியனின் வீரர்கள் எச்சரிக்கையை துறந்து, சகஜமாக இருந்தார்கள். இன்னும் சிலர், சற்றே போதையில் இருப்பது போல் காணப்பட்டார்கள்.

“ஹா ஹா ஹா! நன்றாக போதையில் திளைத்திடுங்கள் என் எதிரிகளே. உங்களின் எமனாக, நான் உங்களை நெருங்கிக்கொண்டிருக்கிறேன்.” தாக்குதல் தொடங்கும் முன்பே ராஜ ராஜன் வெற்றிக் களிப்பில் மிதக்கத் தொடங்கினான்.

சோழர்களின் வீரர்கள் எதிரியின் காவலர்களுக்கு மிக அருகில் நிலை கொண்டார்கள். இது இவ்வளவு சுலபமான காரியமாக முடியும் என அவர்கள் நினைத்திருக்கவில்லை. சோழ வீரர்கள் தாக்க யத்தனிக்கும் நேரம், மெத்தனமாக இருப்பது போல் தெரிந்த பாண்டிய வீரர்கள் ஆவேசத்துடன் செயல் படத் துவங்கினார்கள்.

பின்புறம் சத்தம் கேட்க, ராஜ ராஜனும் அவன் படையினரும் திரும்பிப் பார்த்தனர்.

திரும்பியவுடன், பாண்டிய வீரர்கள் பின்புறம் இருந்து இவர்களை தாக்கத் தயாராக இருந்ததைக் கண்டு திடுக்கிட்டார்கள். எதிரிகளை எதிர்பார்க்காத நேரத்தில் தாக்க வேண்டும் என்கிற இவர்கள் திட்டம் தவிடுபொடியானதை உணர்ந்ததும் நிலை குலைந்தார்கள். இவர்களின் திட்டம் தொடங்கியதில் இருந்து தோல்வியை தழுவக் காத்திருந்ததை, மிகத் தாமதமாக புரிந்து கொண்டு அதிர்ந்தார்கள்.

பாண்டியனின் ஒற்றர்கள் இவர்களை தொடக்கத்திலேயே கவனித்து விட்டார்கள். ராஜராஜனை, இவர்கள் ராஜ்ஜியத்திற்குள் அனுமதித்து, சிறு சிறு வெற்றிகளைச் சுவைக்க விட்டிருக்கிறார்கள். பழிவாங்கும் வெறி, பாண்டிய வீரர்களின் அசட்டையான போக்கு மற்றும் போதையில் அவர்கள் பாதுகாப்பு பணியில் அஜாக்கிரதையாக இருக்கிறார்கள் போன்ற சோழர்களின் தவறான கணிப்புகளால் சரியான திட்டமிடல் ஏதுமின்றி நேராக பகையாளியை கொல்லக் கிளம்பி விட்டார்கள்.

ஆனால் அன்று கிடைத்த அந்த சவுக்கடி, ராஜராஜன் வாழ்நாளில் மறக்க முடியாத ஓர் வடுவாக மாறிவிட்டது. சுந்தர பாண்டியன், தேர்ந்த மற்றும் வீரம் பொருந்திய, தனது பிரதான தளபதிகளான மாணிக்கம் மற்றும் வேலனைக்கூட ராஜராஜனுடன் சண்டையிட அனுப்பவில்லை. முகிலன் என்கிற ஒரு இளைய தளபதி தான் படையை வழி நடத்தினான். பாண்டிய வீரர்களின் சீரிய தாக்குதலை ராஜ ராஜனின் அவசரமாக திரட்டப்பட்ட படையால் எதிர்கொள்ள முடியவில்லை. கட்டமைப்பு சிதறி, குழப்பத்திலும், பீதியிலும் அவர்கள் இங்கும் அங்கும் ஓடினார்கள். அரசனின் கட்டளைகளைப் பின்பற்றுவதை விடுத்து, அவரவர்

உள்ளுணர்வின் உந்துதலிற்கேற்ப செயல்பட ஆரம்பித்தார்கள். வீர தீரத்திற்கு பெயர் பெற்ற சோழ படையினரின் நிலைமை இப்படியா ஆக வேண்டும்?

பாண்டிய வீர்கள் இவர்களைப் பார்த்து எள்ளி நகையாடியபடி தாக்குதலைத் தொடர்ந்தனர். அவர்களின் சமயோசித புத்தியாலும், யுக்தியாலும் போர்க்களத்தில் கால் பாதிக்கும் முன்னரே சோழர்களை வென்று விட்டிருந்தனர். பாம்பு பெட்டியில் அகப்பட்டதைப் போல, ராஜ ராஜனும் இவர்களின் பிடியில் சிக்கியதை பாண்டியர்கள் நன்கு உணர்ந்திருந்தார்கள்.

ராஜராஜனை அடையாளம் கண்டுகொண்ட முகிலன் நேருக்கு நேராக சண்டையிடத் தயாரானான். இருவருக்கும் சம வயதாக இருந்ததால் ஒருவருக்கொருவர் சரி சமமாக பதிலடி கொடுத்தனர். ஆனால் அது சிறிது நேரம் தான் நீடித்தது. நெடுந்தூரப் பயணத்தாலும், வழி நெடுகிலும் புரிந்த சிறு சிறு யுத்தங்களாலும் ராஜராஜன் களைத்திருந்தான். முகிலனோ களைப்பின்றி, தெம்பாக, சண்டைக்குத் தயாராக இருந்தான்.

முகிலனின் வீரிய வாள் வீச்சால் ராஜராஜனின் வாள் காற்றில் பறந்தது. சோழ இளவரசன் கையில் தற்காப்பிற்கான எந்தவித ஆயுதமும் இல்லாததால், சட்டென ஒரு அடி பின்வாங்கினான். முகிலன் ஒரு ஈட்டியை எடுத்து, வெற்றிக் கூக்குரலிட்டு, அதை ராஜராஜன் மீது எறிந்தான். ராஜராஜன், சோழ வம்சத்து வீர இளவரசன் ஆயிற்றே. அதனால் அவன் எதிர்வரும் தோல்வியையும் மரணத்தையும் கண்டு அஞ்சாமல் நின்றான். முகிலனின் ஈட்டி முனையில் அவ்விரண்டும் தன்னை நோக்கி வருவதை நன்குணர்ந்த ராஜ ராஜன் தோளை உயர்த்தி மரணத்தைச் சந்திக்கத் தயாராக நின்றான்.

கண் இமைக்கும் நேரத்தில் ராஜராஜனின் தளபதியும் உயிர்த் தோழனுமான விக்ரமன், இளவரசனின் முன் பாய்ந்து, ராஜராஜனைக் காப்பாற்றி, தன் இன்னுயிரை நீத்தான். இதனால் ஏற்பட்ட குழப்பத்தில், எதிரிகள் கண்ணில் படாமல் ராஜராஜன் தப்பித்து ஓடினான்.

வாலை சுருட்டி கால்களுக்கிடையே வைத்தபடி திரும்பிப் பார்க்காமல் காட்டுக்குள் ஓடினான் ராஜராஜன். கண்ணீர் தாரை தாரையாய் வழிந்தோடியது. ராஜராஜன் உயிரோடிருப்பதை சுந்தர பாண்டியன் விரும்பவில்லை. அதனால் காவலர்களை, மனித வேட்டையாட காட்டிற்குள் அனுப்பிவைத்தான். ஒரு நாள் முழுவதும் மரத்தின்

பொந்துக்குள் அமர்ந்து கொண்டு, ஒரு நொடி கூட வெளியே காலடி வைக்காமல் இருந்ததால், ராஜராஜன் உயிர் தப்பினான். மரண பயத்தை விட, வெட்கம்,தோல்வி அவமானம், போன்ற உணர்ச்சிகள் மேலோங்க, மற்றவர் முகத்தைப் பார்க்க திராணியற்று ஒரு நாளெல்லாம் பொந்துக்குள் மறைந்து இருந்தான் ராஜராஜன்.

அடுத்து என்ன செய்வது என்பதறியாது காட்டிற்குள்ளேயே சில நாட்கள் சுற்றித் திரிந்தான் ராஜராஜன். சமீபத்தில் நடந்து முடிந்த நிகழ்வுகளையும், அவைகளை அவனும் அவன் தந்தையும் எவ்வாறு எதிர்கொண்டனர் என்பதையும் பல கோணங்களிலிருந்து சிந்தித்தான்.

“எதை யோசித்துக்கொண்டு, எந்த விதத்திலும் ஆயத்தப்படுத்திக்கொள்ளாமல், நான் இப்படி போருக்குச் செல்லத் துணிந்தேன்? எனது செயலால் பல வீரர்களை நான் மீண்டும் இழந்துவிட்டேன். இதெல்லம் போதாதென்று போர்க்களத்தை விட்டு ஓடியதால் கோழை என்கிற அவப்பெயரையும் சம்பாத்தித்து விட்டேன்!”

எதிரிகளை விரைந்து துரத்திச் செல்கையில், எனது தந்தை பள்ளத்தாக்கில் சிக்கிக்கொண்டார். அவரை விட எவ்விதத்திலும் நானும் சிறப்பாகச் செயலாற்றவில்லை!

முன்னும் பின்னும் எங்கள் பாதுகாப்பை உறுதி செய்யும் ஒற்றர்களை நான் ஏன் நியமிக்கத் தவறினேன்?

ஒரு விரிவான, நிறைவான திட்டம், அது தவறினால் ஒரு மாற்றுத் திட்டம், தப்பிக்கும் வழி என எதைப்பற்றியும் யோசிக்காமல் நான் எப்படி போருக்குச் செல்லத் துணிந்தேன்?

என்னுடைய குறிக்கோள் மட்டும் எனக்குத் தெளிவாக தெரிகிறது - எனது தந்தையைக் கொன்றவர்களை பழி வாங்கி, சோழ வம்சத்து பெயர்,புகழ், மற்றும் ராஜ்ஜியத்தை மீண்டும் நிலைநாட்ட வேண்டும். ஆனால் இந்தக் குறிக்கோளை நான் எப்படி அடைவது?

* * *

படிப்பினை

ஒரு விரிவான, முழுமையான திட்டமிடல் இல்லாமல், எதிரியைப் பற்றிப் போதிய விவரங்களையும் சேகரிக்காமல், எல்லா விதத்திலும் தன்னை ஆயத்தப்படுத்திக்கொள்ளாமல், ஒரு தலைவன் போருக்குச் சென்றால் அவன் நிச்சயமாக தோல்வியைத் தழுவுவான்.

உங்கள் நிறுவனத்தின் சந்தைப்படுத்தும் திட்டத்தை வகுத்துவிட்டீர்களா? உங்களுக்கு ஒரு மாதிரி அடிப்படை அமைப்பு தேவைப்பட்டால், www.pravinshekar.com/ThroneWars என்கிற வலைதளத்தில் உள்ள படிவத்தை பதிவிறக்கம் செய்து கொள்ளவும்.

மூவேந்தர் - எழுத்துப்பூர்வமான திட்டமிடல்

ஜே கே: உங்கள் தொழில் தொடர்பான திட்டங்களை எழுத்துப்பூர்வமாக வைத்து இருக்கிறீர்களா?

அனு: இல்லை.

கோகுல்: சுமாராக ஏதோ எழுதி வைத்திருக்கிறேன்.

ராதா: இருக்கிறது. ஆனால் அது ஒரு வருடத்திற்கு முன் எழுதியது. அதற்குப் பிறகு அதை நான் திருப்பிப் பார்க்கவே இல்லை.

ஜே கே: நீங்கள் அனைவரும் நீச்சல் தெரியாமலேயே குளத்தில் குதித்துவிட்டீர்கள். எல்லாம் நன்றாக நடந்தால் அதற்கான வெகுமதிகளை (ஏன், எதற்கு, எப்படி வந்தது? என்று யோசிக்காமல்) ஏற்றுக்கொள்வீர்கள். நினைத்தபடி ஏதும் நடக்கவில்லை என்றால் பொருளாதாரம் மற்றும் இன்ன பிற காரணிகள் மேல் பழி சுமத்தி, தப்பிவிடுவீர்கள்.

"ஐயோ! இது எனக்குத் தெரியாமல் போயிற்றே" என்கிற தொழில் முனைவோரின் அறியாமை எத்துணை நல்ல முயற்சிகளுக்கு முற்றுப்புள்ளி வைத்துள்ளது தெரியுமா? அதனால் உங்கள் தொழில் வளர்ச்சிக்கான திட்டங்களை இப்பொழுதே எழுதுங்கள். இதோ, இந்த மாதிரிப் படிவத்தின் உதவியுடன் உங்கள் தொழிலிற்கான ஒரு அடிப்படை திட்டத்தை தீட்டுங்கள்.

குறிக்கோள்: எனது வியாபார நோக்கம் என்ன?

நான்: என்னுடன் யார் எல்லாம் (உதவியாக) இருக்கிறார்கள்?

நாம்: எனக்குத் தெரிந்தவர்களில் யாரையாவது எனது கூட்டாளியாக சேர்த்துக் கொள்வது நன்மை பயக்குமா? யாரெல்லாம் நம்பிக்கைக்குரியவர்கள்?

அவர்கள்: யாரெல்லாம் ஏன் போட்டியாளர்கள்? நான் தொழில் துவங்க முனையும் இடத்தில், நேரத்தில் நிலவும் சூழல் எத்தகையது?

எப்படி: எனது தாக்குதல் மற்றும் தற்காத்துக்கொள்ளும் யுக்திகளை நான் எவ்வாறு வடிவப்புமைப்பது?

எப்பொழுது: இவை அனைத்தையும் நான் செய்து முடிக்க எனக்கு எவ்வளவு கால அவகாசம் தேவைப்படும்?

எவ்வளவு: என்னுடைய நேரம், பணம், உழைப்பு மற்றும் தேவைப்படும் மூலதனங்கள் இவை அனைத்தும் என்னால் எந்த அளவு இதில் முதலீட்டதாக கொடுக்க முடியும்?

அளவுகோல்: எனது தொழில் திட்டம் சரியான முறையில் செயல் படுத்தப் படுகிறதா என்பதை அறிய என்னிடம் உள்ள அளவுகோல்கள் என்ன?

* * *

அனு

எனது நிறுவனத்தின் நோக்கம் என்ன? அடுத்த ஒரு வருடத்திற்கான எனது இலக்குகள் என்ன? (நோக்கம்)

என்னுடைய நிறுவனம் புதிதாகப் நிறுவப்பட்டது. சந்தாதாரர்கள் சேர்க்கையின் அடிப்படியில் வணிகம் வளரும் ஒரு நிறுவனத்தை தொடங்கி இருக்கும் நான், சீரான, நிலையான வருமானம் ஈட்ட முயற்சிக்க வேண்டும். சொந்த முதலீட்டில் எனது நிறுவனத்தை தொடங்கியுள்ளேன். ஆதலால் லாபம் ஈட்டி அதை நிறுவனத்தின் வளர்ச்சிக்காக மீண்டும் முதலீடாக பயன்படுத்த வேண்டும்

எனக்குத் துணையாக யார் இருகிறார்கள் (நான்)?

நாங்கள் பத்து பேர் கொண்டு இயங்கும் ஒரு சின்னக் குழு. உற்பத்தி, வாடிக்கையாளர் சேவை மற்றும் சந்தைப்படுத்தல் என அனைவரும், அனைத்தும் அறிந்த சகலகலா வல்லவர்கள்.

நான் யார் யாருடன் கூட்டு ஒப்பந்தம் (*partnership*) மற்றும் உடன்பாடுகள் (*alliances*) வைத்துள்ளேன்? (நாம்)

எனக்கு உதவியாக மூலப் பொருட்களை தொடர்ச்சியாக வழங்கும் விநியோகஸ்தர்களும், என்னுடைய தின்பண்டத்தை வாடிக்கையாளர்களுக்கு கொண்டு சேர்க்கும் விநியோகிஸ்தர்களும் உள்ளார்கள். சமூக ஊடகங்களில், தன்னை பெரிய அளவில் பின்பற்றும் செல்வாக்கு மிக்க இருவர், எங்கள் தின்பண்டங்களை சுவைத்து, நல்லபடி விமர்சித்து, அதை பலருக்குப் பரிந்துரைத்தும் வருகிறார்கள். இயந்திரங்கள், பொதி கட்டுதல் (*packaging*), தளவாடங்கள் (*logistics*) போன்ற இன்ன பிற நடவடிக்கைகளும் இதில் அடங்கும்

எனது வணிகத்தை, எத்தகைய சூழலில் நான் நடத்துகிறேன்? யாரோடு எல்லாம் நான் போட்டியிடுகிறேன்? (அவர்கள்)

நாங்கள் தயாரிக்கும் தின்பண்டம் சீக்கிரமே கெட்டு விடும் தன்மை கொண்டதால், நாங்கள் சென்னையில் மட்டுமே செயல்படுகிறோம். ஆயினும், எங்களின் தின்பண்டத்திற்கு தேவையும், வரவேற்பும் அதிகரித்து வருவதால், நாங்கள் வேகமாக வளர்ச்சிப் பாதையில் பயணித்துக் கொண்டிருக்கிறோம். பொதி கட்டுதல் மற்றும் தளவாட நடவடிக்கைகளை மேலும் மேம்படுத்தினால், எங்கள் இடையீட்டு ரொட்டியை நாங்கள் மற்ற நகரங்களிலும் சந்தைப்படுத்தலாம். அதோடு எங்கள் தின்பண்டத்தை பற்றி, மக்களிடையே விழிப்புணர்வை ஏற்படுத்த வேண்டும், மேலும் உணவு விடுதிகள் மற்றும் சில வணிக நிறுவனங்களிடமும் வர்த்தக ரீதியாக பேசிக்கொண்டிருக்கிறோம்.

எனது தாக்குதல் மற்றும் தற்காத்துக்கொள்ளும் யுக்திகளை நான் எவ்வாறு வடிவப்புமைப்பது? (எப்படி)

இப்போதைக்கு, அதிக நபர்கள், எங்கள் தயாரிப்பைப் பற்றி தெரிந்து கொள்ள வேண்டும். எங்கள் தயாரிப்பை பயன்படுத்துவதால் அவர்களுக்கு என்ன நன்மைகள் என்பதையும், இது ஒரு முழுமையான சைவ உணவு என்பதையும் அவர்கள் அறிய வேண்டும். ஆதலால் இந்த உண்மைகளை அவர்களுக்கு முதலில் எடுத்துரைத்து, பின்பு அவர்களை எங்கள் தயாரிப்பை நுகரச் செய்ய வேண்டும்.

நாங்கள் இப்பொழுதான் எங்களுக்கென ஒரு சந்தைப் பங்கை ஏற்படுத்தி அதை தக்கவைத்துக்கொள்ளவும் விரிவுபடுத்தவும் பாடுபட்டுக் கொண்டிருக்கிறோம். ஆதலால் தற்காப்பைப் பற்றி இப்பொழுது சிந்திக்க வேண்டிய அவசியம் ஏதும் இல்லை.

உங்கள் குறிக்கோள்கள் என்ன? அதை அடைய தேவைப்படும் கால வரையறை என்ன? (எப்பொழுது)

அடுத்த ஒரு வருடத்திற்குள், நம்மிடம் 250 சந்தாதார்களாவது இருக்க வேண்டும்.

குறிக்கோளை அடைவதற்கு தேவைப்படும் நேரம், பணம் மற்றும் வேறு மூலதனங்கள் அனைத்தும் உங்களிடம் உள்ளதா? (எவ்வளவு)

நான் எனது சொந்த பணத்தைத் தான் முதலீடு செய்து வருகிறேன். எனவே ஒவ்வொரு ரூபாயும் அதிகபட்ச பயன் ஈட்டும் வண்ணம் பார்த்து செலவு செய்ய வேண்டும்.

முதலீட்டின் மீதான வருவாயை எப்படி கணக்கிடுவீர்கள்? (அளவுகோல்)

சந்தாதாரர்கள் எண்ணிக்கையை வைத்துத்தான்.

* * *

கோகுல்

குறிக்கோள்: எனது ஊழியர்களின் மனப்பான்மையை வளர்ச்சிப் பாதையில் பயணிக்குமாறு நான் மாற்றியமைக்க வேண்டும். வாடிக்கையாளர்களுக்கு ஒரு சேவைவையை வழங்கும் நிறுவனத்தை நான் நடத்துகிறேன். இந்த தொழிலுக்குரிய ஏற்றங்களையும் இறக்கங்களையும் நானும் சந்தித்துக் கொண்டுதான் இருக்கிறேன். அவைகளை சரியாக கணித்து, தொழிலை சீராக கொண்டு செல்லும் ஆளுமையை நான் பெற வேண்டும்.

நான்: என்னுடன் நீண்ட காலமாக பயணிக்கும் ஊழியர்கள் சிலர் இருக்கிறார்கள். அவர்கள் வேலையை அவரவர் நன்கு அறிந்திருந்தாலும் தேவைப்படும் பொது மற்ற வேலைகளையும் திறம்பட செய்து முடிப்பார்கள். தேவைப்படும் போதெல்லாம், தகுதியான ஆட்களை அடையாளம் கண்டு, தேர்ந்தெடுக்க உதவும் ஒரு மனித வள ஆள் சேர்ப்பு நிறுவனத்துடன் ஒப்பந்தம் வைத்துள்ளேன். மேலும் சில சர்வதேச நிறுவங்களுடன் ஒப்பந்த அடிப்படையில் அவர்களுக்கும் அவர்களுடைய வாடிக்கையாளர்களுக்கும் எங்கள் சேவையை வழங்கிக்கொண்டிருக்கிறோம். அதில் ஒரு நிறுவனம், ஐரோப்பாவில் எங்கள் பிரதிநிதியாகவும் செயல்படுகிறார்கள்.

அவர்கள்: பண்டக சந்தை போன்ற ஒரு சூழலில் எனது நிறுவனம் இயங்கிக்கொண்டிருக்கிறது. அனைவரும் குறைந்த விலையில் பொருட்கள் வாங்குவதையே விரும்புகிறார்கள். பொருளாதாரம் தேக்க நிலையில் இருப்பதாலும் பல புதிய வியாபாரிகளால் போட்டி அதிகரித்து வருவதாலும், நாங்கள் கட்டணத்தையும் லாபத்தையும் குறைத்து சேவை தரத்தை உயர்த்திய வண்ணம் இருக்கிறோம். எங்களது சிரமங்களை வாடிக்கையாளர்கள் உணர்ந்திருந்தாலும், அவர்கள் பணிபுரியும்

நிறுவனங்களின் கொள்முதல் மற்றும் விலை நிர்ணயக் குழுக்கள் கொடுக்கும் அழுத்தத்தால் உதவ முடியாமல் இருக்கிறார்கள்.

எப்படி? ஒரு ஒப்பந்தத்தை கையெழுத்திட்டு முடிப்பதற்குள், ஒவ்வொரு முறையும், குழாயடி சண்டை போல மற்றவருடன் போட்டி போட வேண்டி இருக்கிறது. ஆதலால் நான் நல்ல தற்காப்பு யுக்திகளை கையாளப் பழக வேண்டும். தற்போதைய வாடிக்கையாளர்களுடனான ஒப்பந்தத்தை புதுப்பிப்பதற்காக, நாங்கள் வெளி ஊர்களுக்கு பயணம் செய்து, அவர்களை நேரில் சந்தித்து, மீண்டும் திட்டத்தை முன்மொழிந்தாலும், பல முறை ஒப்பந்தங்கள் கை நழுவி போயிருக்கின்றன. தொழிலில், போட்டி அதிகமானது இதற்கெல்லாம் காரணம். என் நிறுவனம் வளர்ச்சியின் அடுத்த கட்டத்திற்குச் செல்ல வாடிக்கையாளர்களின் எண்ணிக்கையை நான் அதிகரிக்க வேண்டும். எங்களின் தாக்குதல் முயற்சியாக சமூக ஊடகங்களில் விளம்பரம் மற்றும் தேடு பொறி மேம்படுத்துதல் (search engine optimization) போன்ற நடவடிக்கைகளையும் மேற்கொண்டு இருக்கிறோம்.

எப்பொழுது? கப்பலை (நிறுவனத்தை) சரியான (வளர்ச்சிப்) பாதையில் பயணிக்க வைப்பதற்கும், வருங்கால தொழில் கணிப்பையும், பணப்புழக்கத்தையும் கை வசப்படுத்த எனக்கு ஓர் ஆண்டு காலம் பிடிக்கும்.

எவ்வளவு?: சந்தைப்படுத்தும் வேலைக்கு மேலும் சில ஆட்களைச் சேர்த்து அக்குழுவை விரிவுபடுத்த நினைத்துக்கொண்டிருக்கிறேன். மேலும் எங்கள் நிறுவனுத்துக்கும் வாடிக்கையாளர்களுக்கும் இடையேயான தொடர்புகளின் எண்ணிக்கையையும் தரத்தையும் அதிகரிக்க திட்டமிட்டுள்ளேன்.

அளவுகோல்: புதிதாக வென்ற ஒப்பந்தங்கள் மற்றும் புதுப்பிக்கப்பட்ட ஒப்பந்தங்களின் எண்ணிக்கை.

* * *

ராதா

குறிக்கோள்: வளர்ச்சி. என்னுடைய தொழிற் துறையில் எனது நிறுவனம் முதன்மையானதாக இருக்க வேண்டும். எனது நிறுவனம் 200% வளர்ச்சி காண வேண்டும் அதுவும் இப்பொழுதே.

நான்: தற்பொழுது *400* மேற்பட்ட திறமையான ஊழியர்கள் உலகின் பலவேறு இடங்களில் இருந்து செயல்படுகிறார்கள். நிறுவனத்தின் வளர்ச்சிக்கு ஏற்ப, நாளுக்கு நாள் ஊழியர்களின் எண்ணிக்கையும் அதிகரித்த வண்ணம் இருக்கிறது.

நாம்: எங்களுக்கு துணையாக, வளர்ச்சிக்கு தூண்டுகோலாக - மென்பொருள் உபகரணங்களின் தயாரிப்பாளர்கள், விற்பனையாளர்கள், *resources,* ஒத்த நோக்குடைய நிறுவனங்கள், ஆலோசகர்கள் என பலர் இருக்கிறார்கள்.

அவர்கள்: மென்பொருளை ஒரு சேவையாக வழங்கும் நிறுவனங்கள் அனைத்தும் வாடிக்கையாளர்களை ஈர்க்க, கொலை வெறியில் ஒருவரோடு ஒருவர் மோதிக்கொள்கின்றனர். நிறுவங்களுக்கிடையேயான போட்டி மிகத் தீவிரமாக உள்ளது. வாடிக்கையாளர்களும், நிறுவனங்கள் ஏதேனும் மதிப்புக் கூட்டப்பட்ட சேவைகளை வழங்குகின்றனரா என நோட்டமிட்டபடி இருக்கிறார்கள். நான் எதையாவது புதுமையாக செய்கிறேனா என எனது போட்டியாளர்களும் என்னை உன்னிப்பாக கவனித்து வருகின்றனர்.

எப்படி: நாங்கள் எப்போதும் தாக்கப்பட்டுக் கொண்டே இருக்கிறோம். ஒருங்கிணைந்த வர்த்தகத் துறையில் எங்களின் பங்கு குறையாமலும், வாடிக்கையாளர்களோடு எங்களுக்கு இருக்கும் இணக்கத்தையும் கவனமாக பேணிக் காக்க வேண்டிய கட்டாயத்தில் இருக்கிறோம். போட்டியாளர்கள் கட்டணத்தைக் குறைத்தால் நாங்களும் பின்தொடர வேண்டி இருக்கிறது. எங்களுக்குள் பொதுவாக இருக்கும் சில வாடிக்கையாளர்களை எங்கள் பக்கம் ஈர்க்க, அவர்களோடு நாங்கள் ஒரு இணக்கமான உறவை ஏற்படுத்தி, அதை பராமரித்தும் வருகிறோம். இது தான் எங்களது தாக்கும் மற்றும் தற்காப்பு யுக்தியுமாகும்.

எப்போது: ஒரு வருடம். *200%* வளர்ச்சி. இது போதாதென்று இயக்குனர்கள் குழாம் மற்றும் முதலீட்டார்கள் குழுவின் கேள்விக் கணைகளையும் நான் சந்திக்க வேண்டும்.

எவ்வளவு: என்னிடம் போதிய அளவு நிதி இருக்கிறது. எப்பொழுதெல்லாம் வளர்ச்சிக்கான வாய்ப்பும், அவசியமும் இருக்கிறதோ, அப்போதெல்லாம் அதற்க்குத் தேவையான நிதியை நான் திரட்டுவேன். இந்த வேலையை செய்வதற்காக மட்டுமே ஒரு தனிக் குழு உள்ளது. தேவையான அனைத்தும் என் வசம் உள்ளன. தற்போது

என்னுடைய தேவை குறைந்தபட்ச நேரம், நிதி, மற்றும் முயற்சியில் அதிகபட்ச வளர்ச்சி.

அளவுகோல்*:* வளர்ச்சி... அது மட்டுமே தான்.

ஜே கே: சரி, ஆரம்பமே அட்டகாசமாய் இருக்கிறது.

MARKETING CASE IN POINT

$6.5 கோடி (டாலர்) சொதப்பல்

உலக வர்த்தகத்திற்காக தன் கதவுகளை திறந்து வைத்த ஒரு மிகப் பெரிய சந்தை - கெல்லாக் நிறுவனத்தின் மேலாண்மைக் குழு '90 இன் ஆரம்பத்தில் இந்தியாவை இப்படித்தான் பார்த்தது.

போட்டியாளர்களை முந்திக்கொண்டு, எவ்வளவு முடியுமோ அவ்வளவு வாடிக்கையாளர்களை தன் பக்கம் ஈர்க்க வேண்டும் என்கிற ஆவலில், தங்களிடம் இருந்த அனைத்து வகை தானியங்களையும் இந்திய சந்தையில் கெல்லாக் நிறுவனத்தினர் அறிமுகப்படுத்தினர். இந்தியர்களின் பிரதான உணவான எண்ணெய் தோய்ந்த வடை, பூரி, பரோட்டா போன்றவைகளை பின்னுக்குத் தள்ளி அவர்களின் 'ஆரோக்கியமிக்க' தானியங்கள் நம் தட்டுகளை நிறைக்கும் என அவர்கள் கர்வத்துடன் இருந்தனர். ஆனால், அவர்களால் இந்தியர்களின் உணவுப் பழக்கத்தில் எள்ளளவும் மாற்றத்தை ஏற்படுத்த முடியவில்லை.

பல வருடங்களாக, அவர்களின் தானியங்கள் ஆரோக்கியத்திற்கு உகந்தது என மிகத் தீவிரமாக, தொடர்ந்து விளம்பரப்படுத்தியும், விற்பனை தேக்க நிலையில் இருந்து வெளி வர மறுத்தது.

இந்நிறுவனம், படு தோல்வியை தழுவக் காரணம், அவர்கள் இந்திய மக்களையும் அவர்களின் உணவுப் பழக்க வழக்கங்களையும் சரியாக புரிந்து கொள்ள முயற்சிக்கவே இல்லை என்பதால் தான். நம் கார சாரமான உணவுப் பண்டங்களை விடுத்து அவர்களின் உப்பு சப்பு இல்லாத தானியத்தை குளிர்ந்த பாலோடு திணிக்க முயன்றதை நம் மக்கள் ஏற்காமல் நிராகரித்தனர். இதெல்லாம் போதாதென்று, சுவையற்ற அந்த தானியத்தை அதிக விலையில் வேறு விற்க முயன்றார்கள்.

விற்பனை, டைட்டானிக் கப்பலைப் போல மூழ்கிக் கொண்டே போக, அந்நிறுவனத்தின் மேலாண்மைக்கு குழு, இந்திய மக்களின் கலாச்சாரம், பழக்க வழக்கங்கள் மற்றும் உணவுப் பழக்க நுணுக்கங்களை புரிந்து கொண்டு, மீண்டும் மக்கள் மனத்திலும் வயிற்றிலும் இடம் பிடிக்கும் நடவடிக்கைகளை மேற்கொண்டது.

அத்தியாயம் 3

முன்னோக்கி செல்ல கூட்டணியே வழி

"ஓ, நீ இங்குதான் இருக்கிறாயா? கோழை இளவரசனே!"

அந்த வார்த்தைகள் குளவி கொட்டியதைப்போல ராஜராஜனின் காதுகளை துளைத்தது. ஆனால் குரல் பரிச்சயப்பட்டதாக இருந்தது.

முதலாம் சுந்தர பாண்டியனுடன் போரில் தோற்ற பின், ராஜராஜன் நாட்கணக்கில் காட்டுக்குள் இலக்கின்றி, முடிவின்றி சுற்றித் திரிந்தான். தன் நாட்டிலிருந்து, போருக்கு தயாராக, வெறி கொண்டு கிளம்பிய இளவரசன், இன்று, அடிபட்டு, காயப்பட்டு, நிராயுதபாணியாக காட்டுக்குள் அலைந்து திரிந்து கொண்டிருந்தான். சுந்தர பாண்டியனின் கைப்பாவை போன்ற பொம்மைகளிடம் நாம் எப்படி தோற்றோம் என்று நடந்த நிகழ்வுகளை மீண்டும் மீண்டும் பகுத்தாய்ந்த வண்ணம் யோசனையில் மூழ்கியிருந்தான்.

நீண்ட பொழுதுகளை காட்டில், தனிமையில் கழித்ததால் வாழ்க்கையின் குறிக்கோள் பற்றி எல்லாம் ராஜ ராஜன் சிந்திக்கலானான். காட்டுக்குள் நாம் மரங்களினூடே நடக்கையில், ஏன், எதற்கு, எப்படி, போன்ற வாழ்க்கைத் தத்துவம் பற்றிய கேள்விகள் நம்முள் எழுவது இயல்புதானே.

தனக்குரியதை கண்டிப்பாக கைப்பற்ற வேண்டும் என்பது அவனுக்கு நன்றாகப் புரிந்திருந்தது. மீண்டும் ஒரு படையை திரட்ட வேண்டும். அதற்கு அவனுக்கு நிச்சயமாக உதவி வேண்டும். அதை யாரிடம் கோருவது என அவன் சிந்திக்கலானான்.

ஒரு நாள், ராஜ ராஜன் ஒரு மாமரத்தடியில் ஆழ்ந்து உறங்கிக்கிகொண்டிருக்கும் போது அவனை யாரோ முரட்டுத்தனமாக தட்டி எழுப்பினார்கள். முழித்துப் பார்த்தபோது இரண்டு கட்டுமஸ்தான ஆட்கள் அவன் கையை பிடித்திருந்தனர். முறுக்கு மீசை வைத்த

மூன்றாவது கட்டுமஸ்தான், சற்றுத் தள்ளி இடுப்பில் கை வைத்து, முகத்தை கடுமையாக்கிக்கொண்டு ராஜராஜனை உற்று பார்த்தபடி நின்றிருந்தான்.

“யார் நீ? எங்கள் ராஜ்ஜியத்தில் என்ன செய்து கொண்டிருக்கிறாய்?” என கர்ஜித்தான் கிராதகன் என்கிற அந்த மீசை வைத்த ஆசாமி.

“நான் ராஜராஜன். சோழ வம்சத்து இளவரசன்.”

அடுத்து நடந்தவற்றை ராஜராஜனால் ஜீரணிக்கவே முடியவில்லை. அந்த மூன்று காவலாளிகளும் இவனைப் பார்த்து விழுந்து விழுந்து சிரித்துத் தீர்த்தார்கள்.

“ஆமாம், ஆமாம்... நீ ராஜராஜன் என்றால் நாங்கள் எம தூதர்கள்!” என்று கேலி செய்தான் கிராதகன்.

ராஜராஜன் எவ்வளவு எடுத்துரைத்தும் அவர்கள் இவனை நம்பவே இல்லை. கை கால்களை கட்டி, காட்டிற்கு அருகே இருந்த கோட்டைக்கு அவனை அழைத்துச் சென்றார்கள் காவலர்கள். ராஜராஜனை பிரதான மண்டபம் வழியே இழுத்துச் சென்று அவர்களின் அரசன் முன்பு நிறுத்தினார்கள்.

“யார் நீ? உன்னை ஏன் பொய்யாக அடையாளப்படுத்திக்கொள்கிறாய்?” என்றவாறு மன்னர் விசாரணையைத் துவக்கினார்.

குரல் பரிச்சயமானதாக இருக்கவே, ராஜராஜன் தலை உயர்த்தி, கேள்வி கேட்டவரை நன்றாக உற்று நோக்கினான். சிறுது நேர மௌனத்திற்குப் பின் கரகரத்த குரலில்:

“ஐயனே, நான் ராஜராஜன் தான். நாம் கூட சில மாதங்களுக்கு முன்பு சந்தித்தோம்” என்றான்.

மன்னர் தன் அரியணையிலிருந்து இறங்கி அந்த இளைஞனை அருகில் காண நடந்து வந்தார். வெளிச்சத்தை நோக்கி ராஜ ராஜனின் முகத்தை திருப்பியவாரே, பார்வைத் திறன் குறைந்து வரும் தன் முகத்தை அவன் முகத்தருகில் வைத்து அவனை அடையாளம் காண முனைந்தார். ஒரு சில நிமிடங்கள் நிலவிய மௌனத்தில் அவனை அடையாளம் கண்டு கொண்டார் மன்னர்! ஆம், இந்த இளைஞன், சில காலம் முன்பு இந்த அரண்மனைக்கு வந்திருந்தான்.

ராஜராஜன் அழைத்து வரப்பட்டது ஹொய்சால வம்சத்து மூத்த அரசனான மூன்றாவது நரசிம்மனின் கோட்டைக்குத்தான். பாண்டிய சாம்ராஜ்ஜியத்தின் வடக்கு எல்லையோரம் தான் ஹொய்சால ராஜ்ஜியம் அமைந்திருந்தது. ராஜ ராஜனின் இரு தோள்களைப்பற்றி நரசிம்மன் புன்முறுவலித்தான்.

“ஆமாம், நீ சோழ இளரவசன் தான். கடந்த சில மாதங்களில் எவ்வளவு மாற்றங்கள்! நிகழ்வுகள் அனைத்தும் துரதிஷ்டவசமானவை. நடந்தவைகளை சற்று விளக்கமாக எனக்கு எடுத்துக் கூறுவாயாக.”

அடுத்த இரண்டு மணி நேரத்தில், நரசிம்மனின் அரண்மனைக்கு வந்து சென்ற பின்பு நடந்த நிகழ்வுகளை ராஜராஜன் விரிவாக விளக்கினான். ஆனால், இத்தகைய வருந்தத் தக்க சூழலில் அவர்களை மீண்டும் சந்திக்க வைத்த விதியை நொந்து கொண்டான் ராஜராஜன். மன்னரின் ஆட்கள் தன்னை சிறை பிடித்து அவரிடம் அழைத்து வரும் முன்னரே, அவரை சந்தித்து உதவி கோர சிந்தித்திதுக்கொண்டிருந்ததாக சோழ இளவரசன் கூறினான்.

“என்னிடம் எதற்காக உதவி கேட்க நினைத்தாய்?” என்று குழப்பத்துடன் வினவினார் நரசிம்மன்.

“என் தந்தையின் மரணத்திற்கு காரணமானவர்களை பழி வாங்கி, இழந்த எனது ராஜ்ஜியத்தை நான் மீண்டும் கைப்பற்ற வேண்டும் அரசே”

நரசிம்மன் சில நிமிடங்கள் மௌனத்தில் ஆழ்ந்தார். ராஜராஜன் உரைத்த காரணங்கள் அனைத்தும் மேலோட்டமானவை என்பதை அந்த மூத்த அரசன் அறிந்திருந்தார். போர் என்பது அவசரப்பட்டு இறங்கும் ஒரு காரியம் அன்று. தன் அரண்மனையில் சில நாட்கள் ஓய்வெடுத்து, காடுகளில் அலைந்து திரிந்ததால் தொலைத்த அவனது பலத்தை மீட்குமாறு மன்னர் அறிவுறுத்திச் சென்றார். ராஜ ராஜன் அரண்மையில் தங்க உடனடியாக ஏற்பாடுகள் செய்யப்பட்டன. இரவு நன்றாக உறங்கியதால், காலையிலேயே தாடியை அகற்றி, நன்கு குளித்து முடித்து, கோட்டையை சுற்றிப் பார்த்தபடி நடக்கத் தொடங்கினான் ராஜராஜன். அப்பொழுதுதான் அவனுக்கு அந்தக் குரல் கேட்டது.

“ஓ, நீ இங்குதான் இருக்கிறாயா? கோழை இளவரசனே!”

அந்த வார்த்தைகள் குளவி கொட்டியதைப்போல ராஜராஜனின் காதுகளை துளைத்தது. ஆனால் குரல் பரிச்சயப்பட்டதாக இருந்தது.

சுற்றும் முற்றும் பார்த்த ராஜராஜனின் கண்களுக்கு யாரும் தென்படவில்லை. மறைவிலிருந்து வந்த அந்தக் குரல் மீண்டும் அவனை கிண்டல் செய்தது.

“வாலைச் சுருட்டி கால்களுக்கிடையே வைத்துக்கொண்டு ஓடுவதைப் பார்.”

சிணுங்கிய சலங்கையொலி அவனை அவளிடம் அழைத்துச் சென்றது.

சுகந்தி. மூன்றாம் நரசிம்மனின் மகள் மற்றும் ஹொய்சால நாட்டின் இளவரசி. ஒரு தூணின் பின்னால் மறைந்து கொண்டு ராஜராஜனை நோக்கி கேலிப் பேச்சுகளை வீசிக்கொண்டிருந்தாள். கிண்டல் செய்யும் அவளைக் கண்டவுடன் ராஜராஜனுக்கு கோபத்திற்கு பதிலாக, முகத்தில் சந்தோஷமும் புன்னைகையும் தான் மலர்ந்தது. அவளை துரத்தி, கைகளை முதுகிறகுப் பின்னால் பிடித்து, அவளை சிறைப்பிடித்தான்.

“ஆமாம், கோழைகள் அப்படித்தான் நடந்து கொள்வார்கள். பயந்தாங்கொளி ராஜு” என்று கத்தியபடியே அவனிடமிருந்து தன்னை விடுவித்துக்கொள்ள முயன்றாள் சுகந்தி.

ஒருவரை ஒருவர் பார்த்தபடி இருவரும் ஆனந்தக் களிப்பில் மூழ்கினர். குழந்தை பருவத்தில் இருந்தே, ஒன்றாகப் படித்து, விளையாடி, பொழுதுகளைக் கழித்து, உயிர் நன்பர்களாய் இருவரும் வளர்ந்தனர். எதையும் தாங்கக்கூடிய அளவு அவர்கள் நட்பு வலுவானதாகவும் ஆழமானதாகவும் இருந்தது. ஆனால், இவ்வளவு துறுதுறுவென, புத்திசாலிப் பெண்ணாக ஒரு நாள் அவன் முன் நிற்பாள் என அவன் நினைத்துக் கூட பார்க்கவில்லை.

“அடிமுட்டாள் தோழனே! ஏன் அப்படி ஒரு கண்மூடித்தனமான அவசரத்தில் போருக்கு விரைந்தாய்? அதனால்தான் நீ தோற்றாய் என்பதை நீ இப்பொழுது உணர்ந்திருப்பாய்.”

“ஆம், புரிந்தது. இத்தகைய சூழலில் நீ எப்படி நடந்துகொண்டிருப்பாய், சுகந்தி?”

“பொறுமையுடன் காத்திருந்திருப்பேன். திட்டமிட்டிருந்திருப்பேன். எப்படியாவது சீண்டிச் சீண்டி அவனது கோட்டைக்குள் இருந்து பாண்டியனை வெளி வரச் செய்திருப்பேன். என் வெற்றியை நான் உறுதி செய்திருப்பேன், என் கோழை இளவரசே!”

"சொல்வது எளிது. செயல்படுத்துவது கடினம் பெண்ணே!"

"எதிரிகள் உன்னை சூழ்ந்துக் கொள்ள ஏதுவாக நீ வெறும் நூறு வீரர்களுடன் போருக்குச்சென்றிருக்கிறாய். முதுகுக்குப் பின்னும் கண்கள் வேண்டும் என நமக்குச் சொல்லிக்கொடுத்தார்கள் தானே? ஆழம் பார்த்து காலை வைக்க வேண்டும் என்று அறிவுறுத்தினார்கள் தானே? ஒரு ஆண் ஆதிக்கவாதியாக, நான் சொல்கிறேன் என்பதற்காக, இவை அனைத்தையும் மறுக்காதே! நீ தான் சோழ வம்சத்தின் எதிர்காலம் என்பதை மறந்துவிடாதே."

பின்னர் அவள் ஒரு திட்டத்தை வரைந்து, நிலைமையை ஆராய்ந்து, பாண்டியப் படைகளை எவ்வாறு தாக்கியிருப்பாள் என்பதை விரிவாக விளக்கினாள். ராஜராஜன் பிரமித்துப்போனான். சிறியப் பெண் என அவன் நினைத்திருந்த சுகந்தி, தன்னை போர் வியூகத்தில் தேர்ந்தவளாக நிரூபித்து விட்டாள்1 "இது இல்லாமல் தான் நான் இத்தனை நாள் தவித்திருந்தேன். என்னைக் காட்டிலும் சம நிலையிலும் சமயோஜித்தத்தோடும் செயல்படும் ஒரு துணை. வெள்ளமென நான் பெருக்கெடுத்து ஓடத் துடிக்கையில் என்னைக் கட்டுப்படுத்தும் ஒரு அணை. என் நலனை எப்பொழுதும் தன் எண்ணத்திலும் மனத்திலும் சுமப்பவள்" என நினைக்கலானான்.

ஒரு வாரம் கழிந்ததும் நரசிம்மன் ராஜராஜனை பேசுவதற்காக அழைத்தார். தன்னுடன் பேச அரசர் ஏன் ஒரு வாரம் காத்திருந்தார் என யோசிக்கும் போதே அவனுக்கு அதற்கான விடையும் புரிந்தது. நரசிம்மன் ஏன் ராஜராஜனை ஆதரிக்க வேண்டும்? நாடுகடத்தப்பட்ட, காடுகளில் மறைந்து வாழும் ஓர் இளவரசனுக்கு உதவி செய்வதால் ஹொய்சால அரசனுக்கு என்ன லாபம்?

ராஜராஜன், நரசிம்மன் முன் நிறுத்தப்பட்ட உடன், அவன் அந்த மூத்த அரசனை வணங்கி ஆசி கோரினான். பின் பணிவுடன், அவரிடம் தான் பேசுவதற்கு அனுமதி கேட்டான்.

"ஐயனே நான் சொல்வதை கற்பனை செய்து பாருங்கள். விந்திய மலைக்கு தெற்கே உள்ள அனைத்து பிராந்தியங்களும் உங்கள் ராஜ்ஜியமாக இருக்கும். ஹொய்சால, சோழ, பாண்டிய பிரதேசங்கள் முழுதும், பல்லவர்களின் சில பகுதிகளும் உங்கள் ஆட்சிக்கு உட்பட்டு இருக்கும். இந்த பரந்து விரிந்த ராஜ்ஜியம் அனைத்தும் உங்களுக்கும் உங்கள் வாரிசுகளுக்கும் தலை வணங்கி நிற்கும். கப்பம் கட்டும் பல சிற்றரசர்கள், தலைவர்கள், பெரும் படை என அனைத்தும் உங்கள் ஆட்சிக்கு உட்பட்டு இருக்கும்."

“மிக அழகாகக் கதை கூறுகிறாய், இளைஞனே. ஆனால் இந்தக் கதை மூலம் நீ கூற விரும்பும் கருத்து என்ன என்பதை உரைப்பாயாக...”

“ஐயனே, உங்கள் படையை என் பயன்பாட்டிற்கு அனுப்பி உதவுமாறு கேட்கத்தான் நான் இங்கு வந்தேன். ஆனால் இப்பொழுது, உங்கள் மகளை மணமுடிக்கும் விருப்பத்தோடு உங்கள் சம்மதம் கேட்டு நிற்கிறேன். எங்களின் நட்பு தாங்கள் அறிந்ததே. ஆனால் அவள் ஒரு நல்ல பட்டத்து ராணியாக, அரசனுக்கு சிறந்த ஆலோசகராக, பிரச்சனைகளை தீர்த்து வைக்கும் வல்லுனராக, படைகளை வழி நடத்தும் ஒரு தேர்ந்த தளபதியாகவும் இருப்பாள் என்பதை கடந்த ஒரு வாரத்தில் புரிந்து கொண்டேன். உங்களின் சம்மதத்தோடும் ஆசிகளோடும் அவளை என் துணைவியாக்கிக் கொள்ள விரும்புகிறேன். இத்திருமணத்தால் ஹொய்சாலர்களுக்கும் சோழர்களுக்கும் இடையேயான உறவு பலப்படும். இருவருமாய் சேர்ந்து நமக்குப் பொதுவான எதிரியான பாண்டியர்களை களைந்து எறிந்து விடலாம்.

இந்த மாபெரும் சாம்ராஜ்யத்தின் அரசனாக உங்கள் பேரனை கற்பனை செய்து பாருங்கள் ஐயனே. ஏன், அவன் இதை உலகத்தையே கூட ஆளலாம்!”

அவசரத்தில் செயல்படும் ராஜராஜனைவிட, தெளிவாக, தீர்க்கமாக யோசிக்கும், ராஜராஜனை மன்னருக்குப் பிடித்திருந்தது. தனது குறிக்கோளில் தெளிவும், பிறரை உணர்ச்சிப் பூர்வமாகப் பேசி கவரும் கலையையும் கற்றுத் தேர்ந்திருந்தான் ராஜராஜன்.

இரு சாம்ராஜ்யங்களுக்கிடையே ஒரு நிலையான கூட்டணியை உருவாக்க திருமணத்தை விட சிறந்த வழி உண்டா என்ன!

உற்ற, உறுதியான துணையுடனும், ஹொய்சால அரசின் ஆசியோடும், பெரும் படையுடனும் ராஜ ராஜன் வீடு திரும்பினான்.

* * *

படிப்பினை

- நாம் யாருடன் கூட்டணியை ஏற்படுத்திக் கொள்ள முற்படுகிறோமோ, அவர்களின் குறிக்கோள்கள் மற்றும் விருப்பங்களை நாம் தெளிவாக தெரிந்து கொள்ளவேண்டும்.
- இந்த கூட்டணியால் அவர்களுக்கு விளையும் நன்மைகள் என்ன? இதற்கான விடை கண்ணாடி பிம்பத்தைப் போல தெளிவாக இருக்கவேண்டும்.
- சில நேரங்களில், தனிமையில் சிந்திப்பது குறிக்கோள் மற்றும் செயல்களில் தெளிவு ஏற்பட உதவும்.
- மதி நுட்பம் எந்த வழியிலும் வடிவிலும் வரலாம். அதை அடையாளம் கண்டு உள்வாங்கிக் கொள்வதில் தான் நம் சாமர்த்தியம் அடங்கியிருக்கிறது

மூவேந்தர்: கூட்டணி பற்றிய கேள்விக் கணைகள்

ராதா: *பரிச்சயமில்லாத, யாரோடும் எந்த தொடர்பும் இல்லாத, ஒரு புதிய சந்தையில், நான் எவ்வாறு தடம் பதித்து வெற்றி பெறுவது?*

ஜே கே: யாருடனாவது ஒரு உடன்படுக்கையை ஏற்படுத்திக் கொண்டு செயல் பட முடியுமா என்று பார். ஒன்று, அவர்களால் உனக்கு வேண்டிய தொடர்புகளை ஏற்படுத்த முடிய வேண்டும். இல்லையென்றால் அவர்களிடம் உள்ள தொடர்புகளை நீ பயன்படுத்தி உன் காரியத்தை முடித்துக் கொள்ள உதவ வேண்டும் (முதுகில் ஏறி சவாரி செய்வதைப் போல).

ராதா: *இதனால் அவர்களுக்கு என்ன ஆதாயம்? அவர்கள் ஏன் நமக்கு உதவ முன்வரவேண்டும்?*

ஜே கே: அவர்களுக்கு வேண்டியது ஏதேனும் உன்னிடம் இருக்க வேண்டும். அல்லது உனக்குத் தேவையான ஒன்று அவர்களிடம் இருக்க வேண்டும்.

ஒரு உதாரணத்திற்காக, இந்தியாவின் இரு சக்கர வாகன சந்தையை எடுத்துக் கொள்வோம்.

ஜப்பானிய நிறுவனங்களிடம், தொழிநுட்பம், ஆராய்ச்சி மற்றும் மேம்பாடு பற்றிய நுண்ணறிவு, உலகத் தரம் வாய்ந்த இரு சக்கர வாகனங்கள் தயாரிக்கும் அனுபவம் என அனைத்தும் இருந்தது. இந்திய நிறுவனங்களிடம், இந்திய மக்களைப் பற்றிய புரிதல், இரு சக்கர வாகனங்களை விற்பதற்கு நாடெங்கும் வலுவான விநியோகஸ்தர்கள் குழாம், பழுது மற்றும் பராமரிப்பு நடவரிக்கைகளுக்கு சேவை மையம் போன்றவைகள் இருந்தன. இதனால் என்னவாயிற்று?

கவாஸாகி, பஜாஜ் நிறுவனத்தோடு கை கோர்த்தது.

ஹோண்டா கைனெடிக் நிறுவனத்தை மணந்தது.

டிவிஎஸ் நிறுவனமும் சுஸுகி நிறுவனமும் இணைவதென முடிவெடுத்துள்ளார்கள்.

கூட்டு ஒப்பந்தங்ககள் அனைத்தும் ஒரு கால வரையறைக்கு உட்பட்டன. அனைத்து கூட்டாண்மைகளுக்கும் ஒரு காலாவதியாகும் நேரமும், தேதியும் உண்டு. "இந்த கூட்டணியால் எனக்கு ஏற்படும் நன்மைகள் என்ன?" என்பதை ஒவ்வொரு நிறுவனமும் நன்றாகக் புரிந்து கொண்டிருக்க வேண்டும்.

நிகழ்கால தேவைகளை (அ) உடனடி அவசியங்களைத் தாண்டி வருங்கால லட்சியங்களைப் பற்றியும் யோசிக்க வேண்டும். நான் இப்போது ஒரு உடன்பாட்டில் நுழைகிறேன் என்றால் இந்தச் செயலால் நானே என் தொழிலுக்கு ஒரு போட்டியாளரை உருவாக்குகிறேனா என்று நன்கு சிந்தித்த பிறகே செயலில் இறங்க வேண்டும்.

ஒரு உடன்பாட்டில் கையொப்பமிடுவதற்கு முன் அதன் நிறை குறைகளை ஒருவர் எவ்வாறு மதிப்பிடுவது? முன்னெச்சரிக்கை மற்றும் முன்னேற்பாடாக நாம் மேற்கொள்ள வேண்டிய நடவடிக்கைகள் என்னென்ன?

பல வருடங்களாக, இந்திய மற்றும் ஜப்பானிய நிறுவங்கள் ஒன்றாக இணைந்து நன்றாக செயல்பட்டனர். ஒப்பந்த காலத்திற்குப் பிறகு, சில ஜப்பானிய நிறுவனங்கள் இந்தியாவில் அவர்களின் செயல்படுகளை முடித்துக்கொண்டு திரும்பி விட்டன. இன்னும் சிலர் சொந்தமாக தொழில் புரியும் அளவிற்கு தேர்ச்சி பெற்று தனியாக இயங்கத் தொடங்கினார்கள். வேறு சிலர், அந்தந்த கூட்டு முயற்சிகளில் பெரும்பான்மையான பங்குகளை கையகப்படுத்தி தங்களது ஆதிக்கத்தை அதிகரித்துக்கொண்டனர்.

அனு: *சில்லரை வியாபாரிகள், உரிமம் அடிப்படியில் கிளை தொடங்குபவர்கள் மற்றும் வணிக நிறுவனங்களோடு நான் கூட்டணிகள் ஏற்படுத்திக் கொண்டு தொழிலை விரிவு படுத்த விரும்புகிறேன். அவர்களின் தேவை என்னவாக இருக்கும்?*

ராதா: வாடிக்கையாளர்களை ஈர்க்கவும், தக்க வைக்கவும், புதுப்புது சுவைகளில் இடையூட்டு ரொட்டியை நீ அவ்வப்போது அறிமுகப்படுத்த வேண்டும் என விரும்புவார்கள். அவர்கள் பெயரில் உனது ரொட்டியை சந்தைப்படுத்தவும், புதுப்புது இடையூட்டு ரொட்டி தயாரிக்கும் உனது படைப்பாற்றல் சார்ந்த அணுகுமுறையை தெரிந்துகொள்ளவும் அவர்கள் விரும்பலாம்.

கோகுல்: *இந்தியா முழுதும் எனது சேவைகளை மக்கள் தடையின்றி பெற வேண்டும். நாடெங்கிலும் இத்தகைய தொடர்புகள் உள்ள நிறுவனங்களோடு நான் கூட்டணி வைத்துக்கொண்டால் தான் ஒவ்வொரு பகுதியிலும் தகுதி படைத்த, திறமையான ஆட்களை தேர்ந்தெடுத்து, அதன் மூலம் வளர்ச்சிக்கான எனது இலக்கினை அடையமுடியும். எனது நிறுவனத்தில் திறமையான ஆட்களை அடையாளம் காண்பதும், கண்டுபிடித்தவர்களை தக்க வைப்பதும் ஒரு பெரிய சவாலாக இருக்கிறது.*

தகுதிகள் அனைத்தும் உடைய நிறுவனங்களுடன் நான் கூட்டணி சேர்வது சரியா அல்லது வாடிக்கையாளர்-விற்பனையாளர் உடன்பாட்டில் தொழிலை தொடர்வதா?

ஜே கே: திறமையான ஆட்களை தேர்ந்தெடுத்து பணியமர்த்தும் நடவடிக்கை உன் தொழிலில் முக்கிய பங்கு வகிப்பதால், தகுந்த நிறுவனத்தோடு கூட்டாண்மை ஒப்பந்தமிட்டு செயல்படுவதே சிறந்ததாகும் கோகுல். இத்தகைய வர்த்தக ரீதியான முதலீடு தான் உனது நீண்ட கால தேவைகளுக்கும் வளர்ச்சி வாய்ப்புகளும் ஏற்றதாகும்.

ராதா: என்னுடைய தேவைகள் என்னென்ன என்பதை நான் தெளிவாக அறிவேன். நான் ஜெர்மனியில் தொழில் துவங்கி அதை விரிவுபடுத்த வேண்டும். கால் தடம் பாதிக்க உதவும் கூட்டாளிகளையும், ஆலோசகர்களை நான் தற்போது தேடிக்கொண்டிருக்கிறேன். ஜெர்மனியில் சங்கம் ஏதேனும் இருந்தால் அவர்களுடன் கூட்டணி அமைத்துக்கொள்ள ஏதேனும் சாத்தியக்கூறுகள் உள்ளனவா என ஆராயவேண்டும். உள்ளூர் சங்கம் ஏதும் இல்லை என்றால் புதிதாக ஒன்றை தொடங்குவதற்கான முயற்சியில் இறங்கவேண்டும். *(Didn't understand this clearly. To check with Pravin if it conveys the intended message)*

ஜே கே: உங்களுக்கு வேண்டியதை பெற, பிறருக்கு வேண்டியதை நீங்கள் கொடுக்க வேண்டியிருக்கும். வேண்டியது அனைத்திற்கும் ஒரு விலை உண்டு. அதை நீங்கள் அப்பொழுதே கொடுக்கலாம் அல்லது பின்னாளில் கொடுக்கலாம். ஆனால் எதையும் இலவசமாக எடுத்துக் கொள்ளக் கூடாது நண்பர்களே. உங்கள் தொழிலிற்கு நன்மை பயக்கும் எனில், தளவாடங்கள், சந்தைப்படுத்துதல் மனித வள மேம்பாட்டு நடவடிக்கைகள், பொருள் விநியோகம் சார்ந்த வேலைகள் அல்லது வேறு வித நூதனமான கூட்டாண்மைகளிலும் நீங்கள் ஈடுபடலாம்.

நான் மேற்கூறியவைகளை உங்களுக்கு இன்னும் தெளிவாக விளக்க ஒரு உதாரணத்தை எடுத்து உரைக்கிறேன். கோ பிளோட்டர் என்னும் நிறுவனம் ஒன்று, கள விற்பனையாளர்களின் அன்றாட நடவடிக்கைகளை கூர்ந்து கவனித்து, ஒரு சுவாரஸ்யமான கண்டுபிடிப்பை முன்வைத்தார்கள். கள விற்பனையாளர்களின் இரண்டு சந்திப்புகளுக்கு இடையே கண்டிப்பாக கால இடைவெளி இருக்கிறது. அதை அவர்கள் சாலையோரம் உள்ள தேநீர்கடைகளில் கழிக்கிறார்கள். இதனால் அவர்களுக்கோ அவர்களின் நிறுவனங்களுக்கோ ஒரு பயனும் இல்லை. இதுவே அவர்கள் ஒரு

ஏதுவான இடத்தில் காத்திருக்க நேர்ந்தால், அவர்களால் அடுத்த சந்திப்பிற்கு இன்னும் சிறப்பாக தயார் செய்துகொள்ள முடியுமல்லவா?

இதை கவனித்த கோபிளோட்டர் நிறுவனத்தின் இணை நிறுவனரான ஷியாம் சுந்தர் நாகராஜன், ஓரளவேனும் இட மற்றும் உள்கட்டமைப்பு வசதி கொண்ட சிற்றுண்டிக் கடைகளுடன் ஒத்துழைப்பு உறுதிமொழிகளை பெற்றுக்கொண்டார். பின்பு நிறுவனங்களுக்குச்சென்று ஒரு கவர்ச்சிகரமான முன்மொழிவை அறிமுகப்படுத்தினார் - நகரமெங்கும் அவர்களின் கள விற்பனையாளர்களுக்கு எளிதாக அணுகக்கூடிய பணியிடங்கள். இத்தகைய சிற்றுண்டி கடைகளுக்குள், கள விற்பனையாளர்கள் காத்திருக்கும் நேரத்தில், தங்கள் வேலையை தொடரலாம் அல்லது அடுத்த சந்திப்பிற்கு தங்களை தயார்படுத்திக்கொள்ளலாம்.

இந்த ஏற்பாடு அனைவருக்கும் நன்மை விளைவிக்கக்கூடியதாக அமைந்தது. சிற்றுண்டி கடைகளுக்கு அதிக வியாபாரம், நிறுவனங்களுக்கு அதிக உற்பத்தித்திறன், கள விறபனையாளர்களுக்கு வசதியாக வேலை செய்ய (அ) தயார்படுத்திக்கொள்ள ஏதுவான ஒரு இடம். சிற்றுண்டிக் கடைகள், நிறுவனங்கள் மற்றும் இவ்விருவருக்கும் இடையே ஒரு பிணைப்பை ஏற்பதுத்தும் நபர் (கோபிளோட்டர்) ஆகியோரின் அழகிய கூட்டணியாக இது அமைந்தது.

MARKETING CASE IN POINT

ஆற்றலை மேம்படுத்தும் பானமான ரெட் புல், கோ ப்ரோ நிறுவனத்தோடு கூட்டு சேர விரும்பியது. இரு நிறுவனங்களும் சிலிர்ப்பைத் தூண்டும் சாகச விளையாட்டு வீரர்களை நுகர்வோராகக் கொண்டதால் விளம்பரம் மற்றும் சந்தைப்படுத்தல் நடவடிக்கைகளை கூட்டாக மேற்கொள்ள முடிவெடுத்தனர். அதன்படி, தீவிர விளையாட்டில் ஈடுபடும் வீரர்கள் மற்றும் ஆர்வலர்களுடன் கை கோர்த்து இருவரின் தயாரிப்புகளையும் மக்களுக்கு பரிந்துரைப்பதாக விளம்பரங்களை தயாரித்தனர். இந்த கூட்டு முயற்சியால், இரு நிறுவனங்களும் தத்தம் வருங்கால வாடிக்கையாளர்களுடன் மேம்பட்ட பிணைப்பை ஏற்படுத்திக்கொண்டதோடில்லாமல், நுகர்வோரை இவர்களின் பொருட்களையே பயன்படுத்தும் விசுவாசிகளாக்கி தங்களின் வருவாயையும் பெருக்கிக்கொண்டனர்.

அத்தியாயம் 4

உங்கள் திட்டங்கள் அனைத்தும் எதிரிக்கு தெரிந்துவிட்டால் நீங்கள் என்ன செய்வீர்கள்?

பழிவாங்கும் வேட்கை சிலருக்கு சிறந்த உந்துதலாக அமைகிறது.

தன் தந்தையின் மரணத்திற்கு பழிவாங்கும் நோக்கத்துடன் ராஜராஜன், பாண்டியர்களைத் தாக்கினான். மிகப் பெரிய தோல்வியை சந்தித்த ராஜராஜன், காட்டிற்குள் சென்று சில காலம் சுயப்பரிசோதனையில் ஆழ்ந்தான். காட்டில் செய்வதறியாது தவித்துக்கொண்டிருந்தவனுக்கு, ஆபத்பாந்தவனாக அமைந்தார் ஹொய்சால மன்னரான மூன்றாம் நரசிம்மன். அவரது மகள், சுகந்தியை மணந்த ராஜராஜன், தனது துணையின் அறிவாற்றலாலும், மன உறுதியாலும் அளவற்ற தைரியத்தையும், நம்பிக்கையையும் பெற்றான்.

ஒரு காலத்தில், வலிமைமிக்க மன்னர்களாக திகழ்ந்த சோழர்களின் பரந்து விரிந்த சாம்ராஜ்ஜியத்தை நோக்கி, தெற்கே பயணத்தை தொடங்கினான் ராஜராஜன். நரசிம்மனின் பெரும் படையுடனும், தந்தையைக் கொன்ற சுந்தர பாண்டியனைப் பழிவாங்கும் ஆவலுடனும் ராஜராஜன் தன் பயணத்தைத் துவங்கினான். ஒரு பெரிய படை அவனுக்கு பக்க பலமாக இருப்பது ராஜராஜனுக்கு நம்பிக்கையை அளித்தாலும், பாண்டியர்களிடம் அவன் சந்தித்த தோல்வி ஒரு ஆறாத வடுவாக அவனுக்கு தீராத வலியை ஏற்படுத்திக் கொண்டே இருந்தது. சில எண்ணங்களும் நினைவுகளும் நம் மனதை விட்டு அகலுவதே இல்லை. பேய்கள், மனிதர்களை அச்சுறுத்துவதைப் போல, இத்தகைய நினைவுகளும் ஒருவரது மனதை அச்சுறுத்தி, கவலையையும், கலக்கத்தையும் ஏற்படுத்தி விடுகின்றன. தோல்வியின் சுவடுகளை மறந்து, ஹொய்சால படைத் தளபதிகளை நம்பி செயலில் இறங்க, ராஜராஜன் பிரயத்தனப் பட்டான்.

ராஜராஜனின் வெற்றியை உறுதி செய்யும் விதம், அவனுக்கு இரு பெரும் துணையாக சுகந்தியும் அகத்தியனும் திகழ்ந்தார்கள். சுகந்தி, போர் வியூகத்தில் தேர்ந்தவளானதால், ராஜராஜனுக்கு சிறந்த ஆலோசகராக விளங்கினாள். நரசிம்மனின் தலைமைத் தளபதியான அகத்தியனோ, போர்த் தந்திரங்களை லாவகமாக செயல்படுத்தத் தெரிந்த, மகத்தான அனுபவம் கொண்ட, ஒரு மூத்த வீரர் ஆவார். நரசிம்ம மன்னரே, ராஜராஜனுக்கு உதவுமாறு அகத்தியனிடம் வேண்டினார்.

அகத்தியன் எப்பொழுதும் மறைவில் இருந்து செயல்பட விரும்பும் ஓர் படைத் தளபதியாக அறியப்பட்டார். அவரைப் பற்றியும் அவரது ஆளுமையைப் பற்றியும் அதிக விவரங்களை மற்றவர் அறிந்திராவிட்டாலும், அனைவராலும் மதிக்கப்படும், போற்றப்படும் ஒரு தளபதியாக அவர் திகழ்ந்தார். எப்பொழுதும் ஒரு குறிக்கோளுடனும், முழு ஈடுபாட்டுடனும் அவர் செயல்பட்டாலும் அவரது கண்களும், முக பாவனையும் அவரது எண்ணத்தை ஒரு போதும் வெளிப்படுத்தியதில்லை. தீவிர ஒழுக்கத்தை விடாது பின்பற்றியதால், தனது எதிரிகளை நன்கு அறிந்து கொள்வதிலும் அவர் அதிக முனைப்பை வெளிப்படுத்தினார். அனைத்து போர்களிலும் முன்னின்று வழிநடத்துபவராதலால், காவலர்களின் மதிப்பையும் மரியாதையையும் அவர் சம்பாதித்திருந்தார். ஆதலால் அவரது ஆணையை காவலர்கள் முழு மனதுடன், உடனடியாக செயல்படுத்தினார்கள். *(In the beginning of this paragraph, you have mentioned that Agastyan 'preferred to remain in the shadows'. Now, you have described him as someone who leads from the front. Looks contradictory. Pls clarify).* வயதிற்கு மீறிய வேகத்தையும் சுறுசுறுப்பையும் அவர் எப்போதும் வெளிப்படுத்தினார். தனது வீரத்தை, ஒவ்வொரு நாளும் பயிற்சிக் களத்தில் உருவகப்படுத்தப்பட்ட சண்டைகளில் பல்வேறு ஆயுதங்களைக் இலகுவாக கையாள்வதன் மூலம் பறைசாற்றினார். அகத்தியனைப் போல ஒரு வழிகாட்டிக்காகத் தான் ராஜராஜன் இத்தனை நாட்கள் ஏங்கிக்கிடந்தான்.

எதிரியின் பலம் மற்றும் பலவீனம், போரில் தாக்குதல் மற்றும் தற்காப்பு யுக்திகள் போன்றவற்றை ராஜராஜனும் அகத்தியனும், போர் யுக்திகளை திட்டமிடும் கூடாரத்தில் அமர்ந்து, அலசி ஆராய்ந்து தக்க அணுகுமுறையை தேர்வு செய்தார்கள். சுந்தர பாண்டியனின் முக்கிய கோட்டைகளின் மாதிரிகள் செய்யப்பட்டன. பாண்டியத் தளபதிகளின் பெயர்கள், அவர்களின் பலம் மற்றும் பலவீனங்கள் அடங்கிய விளக்கப்படம் ஒன்றும் சுவரில் ஒட்டப்பட்டது.

சோழர்களின் படை சிறு சிறு குழுக்களாக பிரிக்கப்பட்டது. தன்னை நோக்கி ஒரு பெரும் படை வந்து கொண்டிருப்பது சுந்தர பாண்டியனுக்குத் தெரியக் கூடாது என்பதற்காக சில படை வீரர்கள் தங்களை உள்ளூர் கிராமவாசிகள் போல மாறுவேடமிட்டுக்கொண்டு கிளம்பினார்கள். திருட்டுத்தனமும் ஏமாற்றுதலும் ஆட்டத்தின் விதிகள் ஆயின. ஆற்ற வேண்டிய செயல்களை அகத்தியன் நன்கு அறிந்திருந்ததால், செயல்முறைகள் எளிமையாகத் தோன்றின. ஆனால் அவற்றின் பலன்களோ கச்சிதமாக இருந்தன.

சிறு சிறு குழுவினராகப் பிரிந்த காவலர்கள், முன்கூட்டியே முடிவு செய்யப்பட்ட பாண்டியனின் எல்லைக்கு அருகே இருந்த ஒரு கோட்டையில், மீண்டும் ஒன்று கூடினார்கள். கோட்டையை சுற்றி வளைத்து நின்று கொண்டு, உள்ளிருக்கும் தளபத்திக்கு சரணடையுமாறு தகவல் அனுப்பினார்கள். அவன் மறுத்ததால், தகவல் பரிமாற்றம் மற்றும் உணவு எடுத்துச் செல்லும் பாதைகளை சோழ வீரர்கள் முழுவதுமாக துண்டித்தனர். ஒரு வாரம் பொறுத்துப் பார்த்த பின், பாண்டியனின் தளபதி உள்ளே சிக்கிக்கொண்டிருக்கும் வயோதிகர்களுக்கு மட்டும் உணவை எடுத்துச் செல்ல அனுமதி கேட்டான். அகத்தியனோ, முதியவர்களை சோழர்களின் கூடாரத்திற்கு அனுப்புமாறும் சோழ வீரர்களால் அவர்கள் நன்கு பராமரிக்கப்படுவார்கள் எனவும் உறுதியளித்தான். இரண்டாவது வார இறுதியில், எஞ்சியிருக்கும் மக்களின் உயிர் காக்க, கோட்டையை துறக்கத் தயரானான் பாண்டியனின் தளபதி. காலத்தின் காட்டயத்தால் ஒருவர் எடுக்கும் முடிவுகளைப் பற்றி என்ன சொல்ல!

கத்தியின்றி ரத்தமின்றி கோட்டையை கைப்பற்றியதால், ராஜராஜனின் காவலர்கள் மிகுந்த நம்பிக்கையோடும் குதூகலத்தோடும் காணப்பட்டனர்.

இதே யுக்தியை பயன்படுத்தி, இன்னும் சில கோட்டைகளை சோழர்கள் கைப்பற்றினார்கள். மேலும் தெற்கே உள்ள கோட்டைகளும் தளபதிகளுக்கும் எந்த ஒரு தகவலும் கசியாதவாறு சோழர்கள் செயல்பட்டதால், எதிர்பாரா தாக்குதலின் பயனால் எளிதாக வெற்றிக் கனியை சுவைத்து மகிழ்ந்தார்கள். தேர்ந்த திட்டமிடலாலும் சிறந்த செயலாற்றலாலும், பாண்டியர்களின் கோட்டைகளுக்கும் வெளி உலகத்துக்கும் இடையேயான அனைத்துத் தொடர்புகளையும் ராஜராஜனின் வீர்கள் முற்றிலுமாகத் துண்டித்தார்கள்.

இந்த வெற்றிகள் ராஜராஜனின் உற்சாகத்தை பெரிதும் தூண்டி விட்டன. இதை போன்றே தொடர் வெற்றிகளை ஈட்டி வெற்றிக் களிப்பில் திளைக்க அவன் மனம் விரும்பியது. சுந்தர பாண்டியனின் கோட்டைகளை இன்னும்

துரிதமாக கைப் பற்றுமாறு தன்னுடைய தளபதிகளுக்கு அழுத்தம் கொடுத்தான் ராஜராஜன். இன்னும் கொஞ்சம் வேகம்! இன்னும் கொஞ்சம் வேகம்!

வெளிப்புற கோட்டைகள் அனைத்தையும் கைப்பற்றிய ராஜராஜன், அடுத்து, உள் வட்டத்திற்கு முன்னேறினான். படை வீரர்களை இரண்டு குழுக்களாக பிரித்து ஒன்றை அகத்தியனும் மற்றொன்றை ராஜராஜனும் வழி நடத்தினர். சுந்தர பாண்டியன் தனது ராஜ்ஜியத்தை செறிவூட்டப்பட்ட வட்டங்ககளாக வடிவமைத்திருந்தான். ஒவ்வொரு வளையமும் அடுத்த உள் வளையத்தை (மையப்பகுதி வரை) பாதுகாக்குமாறு அமைக்கப்பட்டிருந்தது.

ராஜராஜனும் அவனது வீரர்களும் உள்வட்டத்திலிருக்கும் அடுத்த கோட்டையை சென்றடைந்தார்கள். அவர்கள் இதுவரை கைப்பற்றிய கோட்டைகளைவிட இந்தக் கோட்டை சற்றே பெரியதாக இருந்தது. சுற்றி வளைப்பது, கோட்டைத் தளபதியை சரணடையச் சொல்வது, உணவு மற்றும் தகவல் தொடர்பு பாதைகளை துண்டிப்பது என அனைத்து செயல்களையும் செவ்வனே முடித்தார்கள்.

“நாம் இந்த செயல்களைத் தான் சிறிது காலமாக மீண்டும் மீண்டும் செய்து கொண்டிருக்கிறோம். நாம் இதிலெல்லாம் நன்கு தேர்ச்சி பெற்று விட்டோம்,” என ராஜராஜன் நினைத்தான்.

வாரங்கள் ஒன்று, இரண்டு, மூன்று, என உருண்டோடிக்கொண்டிருந்தது. ராஜராஜனின் உணவுக் கையிருப்பு குறைந்து கொண்டே இருக்க, வீரர்களும் பொறுமை இழந்து கொண்டிருந்தார்கள். நான்காவது வார இறுதியில், அகத்தியனிடம் இருந்து தகவல் வந்தது. இதைக் கோட்டையை முற்றைக்கையிடும் நடவடிக்கைகளை உடனடியாக கைவிட்டு, மற்றுமொரு கோட்டையில் உதவிக்கரம் வேண்டும் இன்னொரு பிரிவிற்கு ஆதரவு அளிக்குமாறு அறிவுறுத்தி இருந்தார். வேறு வழி இன்றி, இருக்கும் இடத்தை விடுத்து அகத்தியன் அறிவுறுத்திய இடத்திற்கு ராஜராஜனும் அவனது வீரர்களும் பயணித்தார்கள். ராஜ ராஜனின் வீரர்கள் முழுவதுமாக உற்சாகத்தை தொலைத்திருந்தார்கள். இழப்பினால் ஏற்பட்ட சோர்வால், பயணத்தை மெதுவாக தொடர்ந்தார்கள்.

தொடக்கத்தில் கிடைத்த சில வெற்றிகளுக்குப் பிறகு மீண்டும் மண்ணை கவ்வியதால் ராஜராஜன் மிகுந்த மன உளைச்சலிற்கு ஆளானான். உள்வட்டங்களில் இருந்த பாண்டிய வீரர்கள், வெளிவட்டத்தில் இருந்த

வீரர்களைக்காட்டிலும் வீரம் பொருந்தியவர்களாக, சரண் அடையாமல் தங்கள் கோட்டையை காத்தார்கள். சோழர்களின் ஏமாற்றங்கள் அதிகரித்துக் கொண்டே போயின.

இதையெல்லாம் கவனித்துக்கொண்டிருந்த ராஜராஜன் மீண்டும் வேதனைக்குள்ளானான். கடனாகப் பெற்ற படையோடு கவலையுடன் காணப்பட்டான்!

இதற்கும் மேல் அவன் என்ன தான் செய்ய முடியும்?

"முன்பு செய்ததைப் போலவே தான் நாங்கள் இப்போதும் அனைத்தையும் செய்து முடித்தோம். பின்பு ஏன் நாங்கள் மீண்டும் தோல்வியைத் தழுவினோம்?"

யோசித்தபடியே நடந்து கொண்டிருந்த ராஜராஜன், தோல்விக்கான காரணங்களை சுயபரிசோதனையின் மூலம் கண்டறிய முயன்றுகொண்டிருந்தான்.

சிந்தித்தவாறே முகாமை சென்றடைந்த ராஜராஜன் நேராக அகத்தியனின் கூடாரத்திற்குச் சென்றான். அவன் வந்து சேர்வதற்குள், அகத்தியனின் வீரர்கள் மேலும் இரண்டு கோட்டையை கைப்பற்றி இருந்தார்கள். அகத்தியனின் வயது, அனுபவம், வீரர்களின் பால் அவர் கொண்டிருந்த அன்பு மற்றும் மரியாதையை நன்கு அறிந்திருந்த ராஜராஜன், தயக்கங்கள் ஏதுமின்றி தனது தோல்விக்கான காரணத்தை தெரிந்துகொள்ள முற்பட்டான்.

"தளபதியே, நாம் எப்படி, எதனால் தோல்வியுற்றோம்?"

"ஐயனே, ஒரு யுக்தி ரகசியமாக இருக்கும் வரை தான் பலன் அளிக்கும். மேலும், நாம் எதிரிகளை எப்பொழுதும் குறைத்து மதிப்பிடக்கூடாது. பாண்டியர்களின் ஒற்றர்களும் அவர்களின் தகவல் பரிமாற்றப் பாதைகளும், நம் முற்றுகை முயற்சிகளினூடே இயங்கிக்கொண்டே தான் இருக்கும்.

கடந்த சில மாதங்களில் நாம் எத்துணை கோட்டைகளைக் கைப்பற்றி இருப்போம். அந்தத் தகவல் எல்லாம் சுந்தர பாண்டியனை கண்டிப்பாகச் சென்றடைந்திருக்கும். நான் கடைசியாக கைப்பற்றிய கோட்டையில் உணவுக்காகவும் தகவல் பரிமாற்றத்திற்காகவும் சுரங்கப் பாதை அமைத்துக்கொண்டிருந்தார்கள். அவர்கள் அந்த வேலையை முடிக்கும் முன் எதேச்சையாக நாங்கள் அந்த கோட்டையை முற்றுகையிட முயன்றோம்.

அதனால் தான் அவர்களும் சடுதியில் சரணடைந்தார்கள். ஆனால் நீங்கள் கைப்பற்ற முயன்ற கோட்டையோ, இதைவிடப் பெரியதாக, மைய பகுதிக்கு அருகிலேயே இருந்தது. அது மட்டுமல்லாது கோட்டைக்குள் ஒரு சிறிய ஏரியும் அமைக்கப்பெற்றிருந்தது. இதையெல்லாம் பார்க்கும் போது அந்தக் கோட்டையில் சுரங்கப் பாதையை ஏற்கனவே அமைத்து முடித்து வேண்டிய அளவு உணவைக் கையிருப்பாகவும் வைத்திருப்பார்கள் என எனக்கு நிச்சயமாகத் தோன்றுகிறது."

"ஓ... அப்படியென்றால் நாம் இப்போது என்ன செய்யப் போகிறோம்?"

"சூழ்நிலைகளுக்கு ஏற்றார் போல் மாற வேண்டும். கோட்டையை சுற்றி வளைக்கும் நமது யுக்தி அவர்களுக்குத் தெரிந்து விட்டது. அதனால் மற்ற கோட்டைத் தளபதிகள் நமது தாக்குதலை எதிர்கொள்ளத் தயாராக இருப்பார்கள். நாம் இனி புதிய முறைகளை கையாள வேண்டும். நிச்சயம் செய்வோம்."

"அப்படியென்றால் நாம் இப்பொழுதே தாக்குதலுக்கு புறப்பட வேண்டுமா?"

"இப்பொழுது நீங்கள் நன்றாக உறங்கி ஓய்வெடுத்து நாளை புத்துணர்வோடு வாருங்கள் அரசே! ஆற்றல் மிக்க யுக்திகளை சிந்தித்து செயல்படுத்த புத்துணர்வு மிக்க உடலும் மனமும் அவசியம் ஆகும்."

* * *

படிப்பினை

- உங்கள் தாக்குதல் (அல்லது) தற்காப்பு யுக்தியின் அடிப்படியில் தான் உங்கள் சந்தைப்படுத்தும் திட்டம் வடிவமைக்கப்பட்டிருக்கிறதா?

- எதிரியின் போக்கிற்கு ஏற்றார் போல் மாற்றியமைக்கக்கூடிய ஒரு திட்டம் தேவை. மீண்டும் மீண்டும் அதே முறைகளைக் கையாள்வதன் மூலம், நீங்கள் உங்கள் பலவீனத்தை வெளிப்படுத்துகிறீர்கள்.

- ஒரு நல்ல தலைவன் தனது தளபதிகள் மீது நம்பிக்கை வைத்து, அவர்களுக்கான வேலையை செய்ய அவர்களை அனுமதிக்க வேண்டும்.

- வெற்றி அல்லது தோல்வி மற்றும் லாபம் அல்லது நஷ்டம் என எதற்கும் தயாராக இருக்க வேண்டும். வெற்றி கைக்கு எட்டும் தூரத்தில் தான் இருக்கிறது. தோல்வியும் அதற்கு மிக அருகிலேயே தான் இருக்கிறது.

- சரணடைவது தோல்வியாகாது. எதிரி நம்மை விட பலசாலியாக இருக்கும் பட்சத்தில், தப்பி ஓடுவதே சிறந்தது. தாக்குதலை - அது மறைமுக தாக்குதலானாலும், பின்னாளில் நன்றாக தயார்படுத்திக்கொண்ட பின் தொடங்குவதே நமது வெற்றி வாய்ப்பை அதிகரிக்கும்.

- இரத்தம் சிந்தாத, உயிர்ச் சேதமில்லாத வெற்றிகள் மிகவும் இனிமையானவை. ஒரு திறமையான தலைவனால் மட்டுமே அதை நேர்த்தியாக திட்டமிட்டுச் செயல்படுத்த முடியும். குறைகுடத்தைப் போல கூத்தாடும் தலைவர்களுக்கு, தற்பெருமை பார்வையை மறைக்க, இரத்தத்தைக் காண ஏங்குவார்கள்.

மூவேந்தர்: விலை நிர்ணயம், தற்காப்பு மற்றும் தாக்குதல்

கோகுல்: விலை நிர்ணயம். புதிய வாடிக்கையாளர்களை ஈர்க்கவும், தற்போதைய வாடிக்கையாளர்கள் என்னை விட்டுச் செல்வதற்கும் விலை ஒரு முக்கிய காரணியாகும். எனது தொழிலை பாதுகாக்க ஒரு வலுவான பாதுகாப்புத் தளத்தை உருவாக்க விரும்புகிறேன். அதற்கு நான் என்ன செய்ய வேண்டும்?

ராதா: மறைத்து வைக்கும் அளவிற்கு, விலை நிர்ணயிக்கும் விவரங்கள் ஏன் முக்கியமானதாகக் கருதப்படுகின்றன? எனது விலைப் பட்டியலை நான் எனது வலைதளத்தில் குறிப்பிட்டுள்ளேன். விலை பட்டியலைச் சார்ந்த விஷயங்களையும் நாங்கள் வெளிப்படையாக பேசுகிறோம்.

அனு: ஹேய், நாங்களும் உங்களைப்போல் தான் இதைப் பார்க்கிறோம். எனது வாடிக்கையாளர்களுக்கு எனது பொருள் என்ன விலையில் கிடைக்கிறது என்பது தெரிய வேண்டும். குறைந்தபட்சம் என்ன விலை முத்திரையிடப்பட்டுள்ளது என்பதையாவது தெரிந்து கொள்ள விரும்புவார்கள். அதன் பிறகு எனது போட்டியாளர்களும் எனது விலைப் பட்டியலின் விவரங்கள் தெரிந்துவிடும்.

ஜே கே: உங்களுக்கும் உங்கள் போட்டியாளர்களுக்கும் இடையே, விலை மட்டும் தான் போட்டிக்கான காரணியா?

வரையறுக்கப்பட்ட, தனித்துவமான அம்சங்கள் எதுவும் இல்லாத பொருட்களைத்தான் விற்கிறீர்களா?

விலை என்னும் ஒரே ஒரு அளவுகோலால் மற்றவர் உங்களை மதிப்பிட நீங்களே அனுமதிப்பீர்களா?

தள்ளுபடி விலையில் பொருட்களை விற்கும் போட்டியில் நீங்கள் குதித்தால் அடி மட்டம் வரை இறங்கி சண்டையிட நேரிடும். உங்களின் சில பொருட்களுக்கு - முக்கியமாக நீங்கள் புதிதாக அறிமுகப்படுத்தும் பொருட்களுக்கு, ஊடுருவல் விலை நிர்ணயிப்பது அவசியமாகும். ஆனால் விலை ஒன்றையே உங்களை வேறுபடுத்திக் காட்டுவதற்கான கருவியாகவும், உங்கள் தொழில் யுக்தியாகவும் நீங்கள் பயன்படுத்த நினைத்தால், அதுவே உங்களை விபரீதத்தில் தள்ளி விடும். விற்பனைப் பொருளின் விலையைக் குறைப்பது, நினைத்தவுடன் கையில் எடுக்கும் ஆயுதம் அல்ல. பின்விளைவுகளைப் பற்றி நன்கு சிந்தித்து, திட்டமிட்டு செயலாற்ற வேண்டிய யுக்தியாகும்.

பெருநிறுவனங்கள், தங்கள் போட்டியாளர்களை கண்காணிப்பதற்காகவே உளவாளிகளை நியமித்து இருக்கிறார்கள் என்பதை நினைவில் கொள்ளுங்கள். உளவு பார்ப்பதையே சிலர் தொழிலாகவும் செய்கிறார்கள். எங்கேயும், எப்போதும் உங்களது நடவடிக்கைகளை யாரோ கவனித்துக்கொண்டே இருக்கிறார்கள் என்பதை மறந்து விடாதீர்கள். நான் சொல்வதெல்லாம் உளவு படத்தில் வருவதைப் போல் தோன்றினாலும், அதுதானே நிஜம்? உங்கள் ஊழியர்களை போட்டியாளர்கள் எப்போதும் நேர்காணல் செய்து கொண்டு தான் இருகிறார்கள் - திறமையானவர்களை தங்கள் பக்கம் இழுத்துக்கொள்ளவும், சராசரி ஆட்களாக இருந்தால் இயன்றவரை அவர்களிடம் இருந்து உங்களைப்பற்றிய விவரங்களை தெரிந்து கொள்ளவும் விடாது முயற்சித்துக் கொண்டிருக்கிறார்கள். ஏன், நீங்களும் இதையெல்லாம் செய்கிறீர்கள் தானே?

வாடிக்கையாளர்களைப் பற்றி தெரிந்து கொண்டு உங்கள் பொருளில் அல்லது சேவையில் அதற்கேற்றாற்போல மதிப்புக் கூட்டி, அவர்களுக்கு அளிப்பதில் நீங்கள் தீவிரம் காட்டுங்கள். உங்கள் போட்டியாளர்களை அவர்கள் திரும்பிக் கூட பார்க்காத வண்ணம் மதிப்புக் கூடிய பொருளையோ சேவையையோ உங்கள் வாடிக்கையாளர்களுக்கு நீங்கள் வழங்க வேண்டும். அவர்களின் பொறுப்புகளை, தொழிலை உங்களின் பங்களிப்பால் மென்மேலும் சிறப்பாக செய்திட நீங்கள் முயற்சிகளை மேற்கொள்ளுங்கள். இதுதான் உங்கள் தொழிலுக்கு நீங்கள் ஏற்படுத்தும் ஒரு வலுவான, பாதுகாப்பான, தற்காப்பு வளையமாக அமையும். வாடிக்கையாளர்களோடு பிணைப்பை உருவாக்குதல் - அதுதானே இன்றைய தாரக மந்திரமாக உள்ளது இளைஞர்களே?

எனது போட்டியாளருக்கு எனது யுக்திகள் அனைத்தும் தெரிந்து விட்டால் நான் என்ன செய்வது என நீங்கள் அச்சப்படலாம். கூகிள் நிறுவனம் இதை எப்படி கையாண்டது என்பதை நாம் தெரிந்துகொள்வோம்.

கூகிள் நிறுவனத்தில் யுக்திகளை தீர்மானிப்பவர்கள், தீவிரமாக யோசித்த பின், குறுகிய கால ஆதாயங்களை விட நீண்ட கால நன்மைகளே சிறந்தது என தீர்மானித்து தகுந்தாற்போல் முடிவெடுத்திருக்க வேண்டும். அதனால் தான் அவர்கள் ஆண்ட்ராய்டை ஒரு திறந்த மூல (open source) இயக்க முறைமையாக (operating system/OS) வெளியிட்டனர். இந்த முடிவு, பல கைப்பேசி உற்பத்தியாளர்கள் இந்த இயக்க முறைமையைப் (OS) பயன்படுத்துவதற்கான வாய்ப்பை அதிகரித்தது. மென்பொருள் எழுதுபவர்கள் பலர் இதனை தீர ஆராய்ந்து மேம்படுத்தவும் ஏதுவாக

அமைந்தது. மென்பொருள் நிரல் உருவாக்குபவர்கள் திரளாக இதை ஆராய, கைப்பேசி உற்பத்தியாளர்களும் தங்கள் கைப்பேசியில் இதை அதிகமாக நிறுவத் தொடங்க, அதனால் நுகர்வோரும் இணையத்தில் உலவ இந்த ஆண்ட்ராய்டு இயக்க முறைமையை அதிகம் உபயோகப்படுத்தும் ஒரு சூழல் உருவாகியது. ஆண்ட்ராய்டு அடுக்கின் (*stack*) சில பகுதிகளை கூகிள் யாருடனும் பகிராமல், தனக்குச் சொந்தமானது என அவைகளை தனது கட்டுப்பாட்டிற்குள் வைத்துள்ளது.

கூகிள் நிறுவனத்தின் இந்த யுக்தியை ஒரு தாக்குதல் முயற்சி எனக் கூறுவதா இல்லை தற்காப்பு முயற்சி எனக் கூறுவதா?

இயக்க முறைமையை (*OS*) திறந்த மூலமாக்கியதால் (*open source*) கூகிள் நிவனத்திற்கு நிச்சயமாக வருவாய் இழப்பு இருந்தது. ஆனால் இந்த நடவடிக்கை, உரிமம் அடிப்படையில் வருவாய் ஈட்டும் நிறுவனங்களுக்கு ஒரு பெரிய பின்னடைவை ஏற்படுத்தியது. மைக்ரோசாப்ட் நிறுவனத்தின் இயக்க முறைமையை போட்டியாகக் கருதினால், கூகிளின் இந்த நடவடிக்கை ஒரு தற்காப்பு நடவடிக்கையே. ஆனால் ஆப்பிள் நிறுவனத்திற்கோ, இது ஒரு பலமான நேரடித் தாக்குதலாக அமைந்தது. சரியான போட்டி இல்லாததால் ஆப்பிள் நிறுவனம் ஏகபோகமாக ஏறுமுகத்தில் வளர்ந்து கொண்டிருந்தது. ஆனால் அதன் கைப்பேசியின் இயக்க முறைமையும், செயலிகள் பற்றிய விவரங்களும் அனைவருக்கும் புரியாத புதிராகவே இருந்தது.

ஆண்ட்ராய்டு இயக்க முறைமையை திறந்த மூலமாக்கி, அதனால் தனது தாக்குதல் முயற்சிக்கு பெரும் படையையே திரட்டி விட்டது கூகிள். ஆப்பிளின் ரகசிய அணுகுமுறைக்கு எதிர்மறையாக அனைத்தையும் போட்டு உடைத்தது கூகிள்.

எனது மூன்று, செல்ல சிங்கக் குட்டிகளே, இப்போது நீங்கள் எப்படிச் செயல்படப் போகிறீர்கள்?

MARKETING CASE IN POINT

மக்கள் இன்னும் அதிகம் பெற விரும்பினர்.

அதிக தரம், அதிக சுவை, அதிக மதிப்பு.

பிட்ஸா ஹட் மற்றும் டாமினோஸ் ஆகியவை தான் 1980 களின் பிற்பகுதியில் அமெரிக்க நாட்டின் அனைத்து மாநிலங்களிலும் கிளைகள் இயக்கி பிட்ஸா விற்பனையில் முன்னணி நிறுவனங்களாக திகழ்ந்தன. விலை, சேவை, தரம் - மூன்றும் எந்நேரமும் நன்றாக இருக்க வேண்டும். பாப்பா ஜான்ஸ் வாடிக்கையாளர் மனதில் இடம் பிடிக்க "தரம்" என்கிற அளவுகோலில் தனது கோட்டையை அமைக்க முடிவு செய்தது.

எனவே இந்நிறுவனம் ஒரு புதிய, மாறுபட்ட, மதிப்புக் கூட்டிய முன்மொழிவை நுகர்வோர் முன் வைத்தது: சிறந்த மூலப் பொருட்கள், சிறந்த பிட்ஸா.

நுகர்வோருக்கு பிட்ஸா தயாரித்து விநியோகிக்கும் ஒரு மிகச் சிறிய கடையாக தன் பயணத்தை தொடங்கிய பாப்பா ஜான்ஸ், பத்து வருடங்களுக்குள் அமெரிக்காவின் மூன்றாவது தொடர் துரித உணவுச் சங்கிலியாக விஸ்வரூபமெடுத்து நின்றது.

பாப்பா ஜான்ஸ் மற்ற இரண்டு பிட்ஸா நிறுவங்களின் யுக்திகளை நன்கு அறிந்திருந்தது. ஆனால் இவ்விரு நிறுவனங்களை பற்றிய நுகர்வோரின் கருத்துகளில், "தரம்" என்னும் கோணத்தில் ஓர் இடைவெளி ஏற்பட்டிருப்பதை கண்டறிந்தது. அந்த இடத்தை நிரப்ப முயற்சிகள் மேற்கொண்டு அதில் மகத்தான வெற்றியையும் கண்டது இந்நிறுவனம்!

பாப்பா ஜான்ஸின் அசுர வளர்ச்சிக்கு ஈடு கொடுக்க பெரிய நிறுவனங்களுக்குக்கூட நீண்ட கால அவகாசம் பிடித்தது.

அத்தியாயம் 5

எளியாரை வலியார் அடித்தால் எப்படி சமாளிப்பது?

ஒரு சிறிய விலங்கை ஒரு பெரிய விலங்கு தாக்குவதைப் பார்த்திருக்கிறாயா?

அகத்தியனும் ராஜராஜனும் கூடாரத்தின் அருகே தீ மூட்டி குளிர் காய்ந்தபடி, கடந்த சில மாதங்களின் நிகழ்வுகளை பகுப்பாய்வு செய்தபடி அமர்ந்திருந்தனர்.

எந்த யுக்திகள் விரும்பிய மாற்றத்தை பரிசளித்தன, எது ஏமாற்றத்தை தந்தது? எதனால் சில போர்களில் வெற்றி கண்டோம், எதனால் மற்ற போர்களில் தோல்வியைத் தழுவினோம்? கேள்விகள், சிந்தனைகள், யோசனைகள், தர்க்கங்கள் என முடிவுறாமல் நீண்டு கொண்டே போனது அவர்களின் உரையாடல். வானில் கண்சிமிட்டும் நட்சத்திரம், தாலாட்டும் தென்றல் என இரவுப் பொழுது கழிந்து கொண்டிருந்தாலும் அங்கு அமர்ந்திருந்த முக்கிய நபர்களின் உள்ளேயும் வெளியேயும் தீ அணையாது எரிந்து கொண்டிருந்தது. கங்குகளாக எரிந்து கொண்டிருந்த மற்றும் அணையத் துடிக்கும் முக்கிய விஷயங்களை அசை போட்டபடி அவர்கள் அமர்ந்திருந்தார்கள்.

அகத்தியன் ராஜராஜனைப் பார்த்து,

"ஒரு சிறிய விலங்கை ஒரு பெரிய விலங்கு தாக்குவதைப் பார்த்து இருக்கிறீர்களா?"

"ஆம். பார்த்திருக்கிறேன்."

"என்ன கவனித்திருக்கிறீர்கள்?"

"பெரிய விலங்கு, சிறிய விலங்கின் மீது பாய்ந்து, தனது பலத்தால் அதை தனது காலில் அழுத்திப் பிடிக்க முயன்றது. சந்தர்ப்பம் கிடைக்கும்

போதெல்லாம், பெரிய விலங்கு, அதன் மேம்பட்ட பலம், வலிமை, மற்றும் அதன் உயரத்தை தனக்கு சாதகமாக பயன்படுத்தப் பார்த்தது."

"அந்த சின்ன விலங்கினம் என்னவெல்லாம் செய்தது?"

"குனிவது, குதிப்பது, பின்வாங்குவது, உருளுவது என அனைத்து தற்காப்பு செயல்களையும் உபயோகித்து தாக்குதல்களில் இருந்து தப்பிக்க முயன்றது. அந்த சிறிய விலங்கு மறைந்து கொள்வதற்கு ஏதேனும் சந்து அல்லது மூலை இருக்கிறதா என தேடியது. அடர்ந்த செடிகள், புதர்கள் மற்றும் மரங்கள் போன்ற பெரிய விலங்கினம் நுழைய முடியாத இடத்தைத் தேடிக் கண்டுபிடித்து ஒளிந்து கொண்டது."

"பின்பு...?"

"ஒரு சின்ன சந்தில் அடைக்கலம் புகுந்த அந்த சிறிய விலங்கை பிடிப்பதற்காக தனது முகத்தை அந்த சந்தில் நுழைக்கப் பார்த்தது பெரிய விலங்கு. முகம் மாட்டிக்கொண்டது. அதை உணர்ந்த சிறிய விலங்கு, கிடைத்தவற்றை எல்லாம் உபயோகித்து பெரிய விலங்கின் முகத்தை காயப்படுத்தியது. சிறிய விலங்கு தாக்கியதை நான் பார்க்கவில்லை என்றாலும், பெரிய விலங்கின் முகத்தில் இருந்த காயத்தைப் பார்த்து நடந்ததை யூகித்தேன். கஷ்டப்பட்டு அதன் முகத்தை சந்தில் இருந்து விடுவித்துக்கொண்ட பின், அந்த சிறிய விலங்கை பிடிக்கும் முயற்சியை முற்றிலுமாகத் துறந்து தன் வழி சென்றது பெரிய விலங்கு."

"இதிலிருந்து நீங்கள் என்ன கற்றீர்கள்?"

"ஒவ்வொரு எதிரியை வீழ்த்துவதற்கும் வெவ்வேறு யுக்திகளை கையாள வேண்டும். மேலும் இருக்கும் சுற்றுச் சூழலையையும் தனக்குச் சாதகமாக பயன்படுத்தத் தெரிந்திருக்க வேண்டும்."

"இப்போது நாமும், நம்மைவிட ஒரு பெரிய படையோடு மோத இருக்கிறோம். நாம் எப்படி செயல்பட வேண்டும் என நீங்கள் நினைக்கிறீர்கள்?"

கேள்வியைக் கேட்டு விட்டு அகத்தியன் எழுந்து, ராஜராஜனின் தோளை வாஞ்சையுடன் தட்டிக்கொடுத்து விட்டு, உறங்குவதற்காக தன் கூடாரத்திற்குச் சென்று விட்டார். எதிரே அணைய மறுக்கும் கங்குகளைப் பார்த்தபடி அமர்ந்திருந்தான் ராஜராஜன். சில சமயங்களில் புதிருக்கான விடை தானாக நம் கண்ணில் படுகிறது. மற்ற நேரங்களிலோ,

கேள்விக் கணைகள் நம்மை தாக்கிய பின் தான் நாம் விடையை தேட முனைகிறோம்.

மறுநாள் காலை, ராஜராஜன் தன்னம்பிக்கையோடும் தெளிவோடும் அகத்தியரின் கூடாரத்திற்குச் சென்றான். அவர்களுக்கு அருகிலேயே முகாமிட்டிருந்த பாண்டிய தளபதியான மாணிக்கத்தின் படையை வெல்வதற்கான யுக்தியை விரிவாகவும், நேர்த்தியாகவும் அகத்தியனிடம் விவரித்தான்.

வெற்றி வாகை சூடும் நம்பிக்கையோடு சோழர்கள் போர் புரிய விழைந்தார்கள்.

ராஜராஜன் வீரர்களை நான்கு சிறிய குழுக்களாக பிரித்தான். ஒவ்வொரு குழுவிற்கும் தனித்தனியாக கட்டளைகள் பிறப்பித்தபின் அவர்களை வெவ்வேறு திசைகளில் செல்ல பணித்தான். கட்டளைகள் தெளிவாக இருந்தாலும், தளபதிகளுக்கும் வீரர்களுக்கும் ஆற்ற வேண்டிய செயல்கள் அனைத்தும் புரிந்திருக்கிறதா என்பதை அகத்தியன் தனிப்பட்ட முறையில் உறுதி செய்துகொண்டார். ஒவ்வொரு குழுவும் பெரும் திரளாக திரண்டிருந்த எதிரிப் படையின் ஒவ்வொரு (வெவ்வேறு) பகுதியை தாக்கத் திட்டமிட்டிருந்தனர்.

முதல் பிரிவு, காத்திருந்த பாண்டியனின் படைகளுக்கு உணவு மற்றும் ஆயுதங்கள் எடுத்து வரும் அனைத்து பாதைகளையும் முற்றுகையிட்டு, வந்த பொருட்கள் அனைத்தையும் சோழர்களின் முகாமிற்கு திசை திருப்பி விட்டது.

ஆயுதங்கள் இன்றி, கைகளால் மட்டுமே தாக்கும் தேர்ந்த வீரர்களின் பிரிவு ஒன்று, பாண்டியனின் இளைய, சிறிதளவே போர் அனுபவம் கொண்ட ஒரு படைப் பிரிவை மின்னல் வேகத்தில் தாக்கி நிலை குலையச் செய்தது. கைச் சண்டையில் வல்லுனர்களான இவர்களில் சிலர், கள்ளத்தனமாக எதிரியின் கூடாரத்திற்குள் புகுந்து, சிலரை மாய்த்து விட்டு வெளியே வந்து ஒளிந்துகொள்வார்கள். உள்ளே செல்வது, கொல்வது, ஒளிவது என செயல்பட்டு, எதிரிகள் நடப்பதை புரிந்து கொண்டு சுதாரிப்பதற்குள் சோழ வீரர்கள் வேலையை முடித்தே விட்டார்கள்.

மூன்றாவது பிரிவு, பாண்டிய வீரர்களை பின்பக்கமிருந்து தாக்கியது. ராஜராஜனின் வீரர்கள், பாண்டிய படையினர் தங்கியிருந்த இடமெங்கும் எண்ணெய் தெளித்து நெருப்பை மூட்டினர். சுட்டெரிக்கும் வெப்பத்தில் இருந்து தப்பிக்கவோ பின்வாங்கவோ முடியாமல் அடுத்த சில நாட்கள்

பாண்டிய வீர்கள் தவிப்பிலும், விரக்தியிலும் மூழ்கினார்கள். சோழர்களால் ஏற்பட்ட அவதிக்கு பதிலடி கொடுக்க அவர்கள் ஏங்கினார்கள்.

ராஜராஜனின் நான்காவது பிரிவு, மற்ற மூவரைப் போல் அல்லாமல் ஒரு மாறுபட்ட அணுகுமுறையை கையாண்டது. மிதமான தாக்குதல், உடனடி பின்வாங்குதல் என பாண்டிய வீரர்களை லேசாக சீண்டிக்கொண்டே இருந்தது. இப்படி மூன்றாவது முறையாக சோழர்கள் மிதமான தாக்குதலில் ஈடுபட்டபோது, கோபமுற்ற பாண்டியர்கள், சோழ வீரர்களை துரத்தியடிக்க முயன்றார்கள். துரத்தியபடியே சென்றவர்கள், சோழர்கள் இவர்களுக்காக வைத்திருந்த பொறியில் வசமாக சிக்கினார்கள். இதற்குள் மற்ற மூன்று பிரிவுகளும் அங்கே ஒன்றிணைந்து பாண்டிய வீரர்களை தாக்க ஆயத்தமாக நின்றார்கள்.

சோழ வீரர்கள், அம்புகளை மழையென சொறிந்தனர். ராஜராஜனின் தந்தை இறந்ததைப் போலவே மாணிக்கமும் அவனது வீரர்களும் மரணத்தைத் தழுவினார்கள்.

ராஜராஜனின் ஒவ்வொரு படைப் பிரிவும் எதிரி முகாமின் ஒரு குறிப்பிட்ட பகுதியை குறிவைத்தன.

சிறிய விலங்கு, அதன் பலத்தையும் சுற்றுச் சூழலையும் தனக்குச் சாதமாக பயன்படுத்தி. பெரிய விலங்கின் பலவீனங்களை குறி வைத்துத் தாக்கி, அதில் வெற்றியும் கண்டது.

"ஒவ்வொரு சமயத்திலும் எதிரியின் ஏதாவது ஒரு பாகத்தை குறி வைத்துத் தாக்குவது சிறந்தது. அவ்வாறு தாக்கும் போது, ஒவ்வொரு பாகத்திலும் ஆயிரமாயிரம் காயங்களை ஏற்படுத்திவிட வேண்டும். பாடத்தை நன்றாகக் கற்று செயல்படுத்தியும் காட்டிவிட்டீர்கள் ஐயனே," என்று அகத்தியனே ராஜராஜனைப் பாராட்டினார்.

ராஜராஜன் மெல்லிய புன்னகையை உதிர்த்தார். சரியான திசையில் தூண்டப்பட்டு, புதிருக்கான விடையை சுயமாகக் கண்டறிவதில் தான் உண்மையான கற்றல் இருக்கிறது எனபதை அவன் இப்பொழுது அனுபவபூர்வமாக உணர்ந்திருந்தான்.

இனி எஞ்சியிருக்கும் ஒரு பெரிய கோட்டையை மட்டும் தகர்த்தெறிய வேண்டும். அதற்காக ஒரு பெரிய போரையும் வெற்றிகரமாக நடத்தி முடிக்க வேண்டும்.

* * *

படிப்பினை

- உங்களிடம் இருப்பதைப் பயன்படுத்துங்கள் - அகத்திலும் புறத்திலும் உள்ளதைத்தான்.
- உங்களிடமும், உங்கள் எதிரியிடமும் என்னென்ன இருக்கிறது என்பதைப் பொருத்துத் தான் உங்கள் யுக்தியை நீங்கள் தீர்மானிக்க வேண்டும்.
- உங்கள் நிறுவனத்தின் வலிமையைப் பொறுத்தே உங்கள் தாக்குதலிற்கான யுக்தி இருக்க வேண்டும்.
- பிரித்து ஆளுக.
- போராக இருந்தாலும் சந்தைப்படுத்துதல் குறித்த பிரச்சனையாக இருந்தாலும் ஒரு நேரத்தில் ஒரு அம்சத்தை அல்லது ஒரு பகுதியைப் பற்றிச் சிந்திப்பதே சிறந்தது.

மூவேந்தர்: வணிகப் போர்களும் அதற்குத் தயாராகுதலும்

ஜே கே: போரிலும் வணிகத்திலும் ஒருவர் திருப்தி, மன நிறைவு போன்ற மெத்தனப் போக்கால், செயலாற்றுவதை ஒருபோதும் நிறுத்திவிடக்கூடாது. அதை எக்காரணம் கொண்டு ஏற்க முடியாது. சில நேரங்களில் மிக வேகமாக ஓட வேண்டி இருக்கலாம். மற்ற நேரங்களில் மெதுவாக ஓடலாம். ஓடுவது நடப்பது, குதிப்பது, தாவுவது, பாய்வது என எதையாவது செய்துகொண்டே இருக்க வேண்டும். ஒரு போதும் நிற்கலாகாது.

அனு: நான் ஒரு சிறிய நிறுவனத்தை நடத்தி வருகிறேன். தொழிலில் போட்டியாக பெரிய நிறுவனங்கள் வந்து விடுமோ என்று கவலையாக உள்ளது.

ஜே கே: சரி. அதற்காக நீ என்ன செய்யப் போகிறாய்? ஒரு பெரிய நிறுவனம் உனக்கு போட்டியாக தொழில் தொடங்கினால், அப்பொழுது நீ என்ன செய்வாய்? அதை ஒரு யுக்தியாக திட்டமிட்டு, உடனடியாக செயல் படத் துவங்கு.

உனது நிறுவனத்தோடு போட்டி போட சில நிறுவனங்கள் நிச்சயமாக இந்தத் தொழிலில் குதிப்பார்கள். என்னவெல்லாம் நிகழலாம் என்பதையும், சூழ்நிலையை எப்படி உன் கட்டுக்குள் கொண்டு வரலாம் என்பதைப் பற்றியும் இப்பொழுதே யோசி.

அனு, தன்னந்தனியாக தொழில் தொடங்க நினைப்பவர்களும், உன் நிறுவனத்தை விட சிறியது என நீ நினைக்கும் நிறுவனங்களும் உன்னைத் தாக்கக் கூடும். அவர்கள், உனது தொழில் முறைகளையே பின்பற்றி, உன் வாடிக்கையாளர்களிடமே சென்று, அவர்களின் குறைந்த விலையை முன்னிலைப்படுத்தி பொருட்களை விற்க முற்படலாம். "தரத்திலும், சுவையிலும் என்னுடைய பொருளிற்கும் அனுவுடைய பொருளிற்கும் வேறுபாடே கிடையாது. ஆனால் எங்களது பொருள் அதை விட 25% குறைவானது!"

தவிர, உன்னைப் போலவே, வளர்ந்து வரும் ஒரு நிறுவனம் உனக்கு போட்டியாக வந்தால் அப்பொழுது என்ன செய்வாய்?

உன்னைவிட பெரிய, சிறிய மற்றும் சம நிலைமையில் உள்ளரவர்கள் உன்னோடு மோதினால் உன் தற்காப்பு யுக்தி என்ன?

வணிகத்தின் மூலம் நீ பெற்றிருக்கும் இடத்தையும், வாடிக்கையாளர்களையும் மற்றவர் கவர்ந்து செல்ல முயன்றால், அதையெல்லாம் முறியடிக்கும் ஒரு யுக்தி!

மேற்கூறிய அனைத்தும் மற்ற அனைவருக்கும் கூட பொருந்தும். எவ்வித சூழலையும் எதிர்கொள்ள தயாராக இருங்கள். இதையெல்லாம் தாண்டி, எதிர்பாரா சிக்கலில் விழ நேர்ந்தால், சடுதியில் குதித்தெழுந்து மீண்டும் பீடு நடை போட நீங்கள் பழக வேண்டும்.

“ரன் அவே ஜூரி” படத்தில் வரும் வசனத்தை இந்த சூழலுக்கு ஏற்றார் போல் மாற்றி சொல்ல வேண்டும் என்றால்,

“சற்றே அதிகமாக எலியைப் போலவும் சற்றே குறைவாக பூனையைப் போலவும் சிந்தித்துத் செயல்படுங்கள்!”

MARKETING CASE IN POINT

அமேசான் மற்றும் பிளிப்கார்ட் நிறுவனங்கள், இந்திய நாட்டில் தங்கள் வணிகத்தை பெருக்கிக் கொள்வதற்காகவும், வாடிக்கையாளர்களை தங்கள் வசம் ஈர்க்கவும், புதுப்புது திட்டங்களையும் கடுமையான தள்ளுபடியில் பொருட்களை விற்கவும் முயன்றன. இதனால் உள்ளூர் சில்லறை மளிகை வியாபாரிகள், இந்த பெரிய நிறுவங்களோடு விலையிலும் சரக்கு கையிருப்பிலும் போட்டியிட முடியாமல் பெரும் நெருக்கடியை சந்தித்தார்கள்.

ஆனால் இந்த சித்திரகுள்ளர்கள் தங்களின் சிறிய உருவையே சாதகமாக்கி அந்த பெருநிறுவனங்களை எதிர்த்து போராடினர். பல ஆண்டுகளாக அவர்கள் பாடுபட்டு சம்பாதித்ததை - வாடிக்கையாளர்களுடன் ஒரு இணக்கமான உறவு, இப்பொழுது தங்களின் தற்காப்பு ஆயுதமாக பயன்படுத்துக்கொண்டார்கள். வாடிக்கையாளர்கள் விரும்பும் புதிய பொருட்களை கொள்முதல் செய்து வழங்குவதில் தொடங்கி பொருட்களை அவர்களின் வீட்டிற்கே சென்று விநியோகிக்கவும் செய்தனர். விற்பனைக்கான ஆணையை வாட்ஸாப் மூலம் பெறுவதிலிருந்து கூகுளை பே மற்றும் பே டிஎம் மில் மூலம் பணம் பெற்றுக்கொள்வது வரை தொழில்நுட்பத்தை அரவணைத்தார்கள். இன்னும் சில வியாபாரிகள் கூட்டாக ஒன்று சேர்ந்து பொருட்களை மொத்தமாக குறைந்த விலைக்கு வாங்கினார்கள். தள்ளுபடி விலையில் வாங்கிய பொருட்களை, மற்ற வியாபாரிகளைக் காட்டிலும் விலை குறைத்து விற்று, வாடிக்கையாளர்களை தங்கள வசம் தக்க வைக்க முயன்றனர்.

இப்படியாக, தொழில் ஜாம்பவான்கள் ஒரு புறம் ஓங்கி உயரே வளர்ந்தாலும், உள்ளூர் வியாபாரிகளும் தங்கள் வியாபாரமும் வாழ்வாதாரமும் பாதிப்படையாதிருக்க தக்க முயற்சிகள் மேற்கொண்டு அதில் வெற்றியும் கண்டார்கள்!

அத்தியாயம் 6

பிடிபடும் நிலையில் உள்ள புலி ஆபத்தானதாகும்

எங்கள் முன் வைக்கப்பட்ட மாற்றுத் தீர்வுகள் என்னென்ன?

பின்வாங்குவதையும் சரணடைவதையும் நாங்கள் ஒரு தீர்வாகவே கருதவில்லை.

கொல் அல்லது கொல்லப் படு

நாங்கள் தேர்ந்தெடுத்தது ……

குபேரன் அகத்தியனுக்கு பிடித்தமான ஒரு படைவீரன். குபேரன் ஒரு பூரணத்துவமான அதிகாரி இல்லை என்றாலும் அந்த இலக்கை நோக்கி மிக வேகமாக பயணித்துக்கொண்டிருக்கும் ஒரு வீரன். போரில் கலந்து கொள்ள ஆர்வமாகவும், அதிலும் ஒரு தாக்குதலை முன்னின்று வழிநடத்தவும் விரும்பினான்.

வெற்றியை சுவைக்கத் தூண்டும் பசி நல்லது தான் என்றாலும், தாக்குவதற்கு அது உகந்த நேரமா? தக்க நேரமா இல்லையா என்பதை சோதித்துப் பார்க்காமல் எப்படி தெரிந்து கொள்வது?

ராஜராஜனும் அவன் படையினரும் உறையூருக்கும் தஞ்சாவூருக்கும் இடையில் சுந்தர பாண்டியனின் பிரதான முகாமை நோக்கிப் பயணித்துக்கொண்டிருந்தனர். அவர்கள் கடந்து வந்த கிராமங்கள் அனைத்திலும், மக்கள் சுள்ளானைப் புகழ்ந்து பாடிக்கொண்டிருந்தார்கள்.

வீரன், வலிமை மிக்கவன், பாண்டியப் படையின் விடிவெள்ளி என எங்கும் சுள்ளானின் புகழாரம் ஒலித்தது. சுள்ளான், பாண்டியனின் பழம்பெரும் தளபதியான வேலனின் மகன் ஆவான். இரவில் தீ மூட்டி குளிர் காய்கையில், அவன் வீரத்தை புகழ்ந்து தான் மக்கள் பாடல்கள் பாடினர். அவன் வீரத்தையும், போர் யுக்திகளையும், சுந்தர

பாண்டியனிடம் அவன் காட்டிய விசுவாசத்தையும், கவிதையாக எழுதி, பாட்டாக பாடினார்கள் ஊர் மக்கள். விதிவிலக்கில்லாமல் ஒவ்வொரு கிராமமும் அவன் துதி பாடியது.

ஒரு வழியாக சுள்ளான் கோலோச்சும் கோட்டைக்கு இவர்கள் வந்தடைந்தார்கள். சுள்ளான் மீதான தாக்குதலுக்கு தலைமையேற்று வழிநடத்த குபேரனுக்கு ராஜராஜன் ஆணை இட்டான்.

“தலைமைப் பொறுப்பேற்று, தாக்குதலை நீ வழிநடத்திச் செல்ல வேண்டும் என்பது என் ஆணை. போர் யுக்தியையும், வேண்டிய ஆட்களையும் நீயே தேர்ந்தெடுத்துக்கொள். செல், அந்தக் கோட்டையை வென்று வா!”

குபேரன் மிகுந்த உற்சாகத்துடன் தயாராகத் துவங்கினான். சடுதியில் ஒரு படைப்பிரிவை உருவாக்கினான். வேறு சிலர் வெளியே சென்று, சுள்ளானின் கோட்டைக்குள் எவ்வளவு நபர்கள் உள்ளார்கள் என்பதை கண்டறிந்து குபேரனுக்குத் தெரிவித்தார்கள். இதுவரை ராஜராஜன் கையாண்ட கோட்டையைச் சுற்றி வளைக்கும் யுக்தியையே குபேரனும் பின்பற்றினான். சுள்ளானைப் போல ஒரு வீரனோடு மோதும் போது இந்த ஒரு யுக்தி மட்டும் போதாது என்பதை குபேரன் உணர்ந்திருந்தான். ஒரு நீண்ட, கடினமான யுக்தியைக் கையாண்டால் மட்டுமே எதிரிகளைச் சோர்வடைய வைத்து அவர்களை எளிதில் வெல்ல முடியும் என குபேரன் தீர்மானித்தான். அதற்கு சுள்ளானை முதலில் கோட்டையை விட்டு எப்படி வெளி வரச் செய்வது என சிந்திக்கலானான்.

குபேரன் சுள்ளானுக்கு ஒரு கடிதம் எழுதினான்.

“சுள்ளான், நான் குபேரன். ராஜரானின் படைத் தளபதி.

நான் உன்னைப் பற்றி நிறைய கேள்விப்பட்டிருக்கிறேன். நாம் இருவரும் ஒத்த வயதுடையவர்கள் என நினைக்கிறேன். ஊர் மக்கள் கூற்றை ஏற்று, உனது வீரத்திற்கும் சாதனைகளுக்கும் நான் தலை வணங்குகிறேன்.

நேருக்கு நேர் போரிட்டு நம்மில் சிறந்தவர் யார் என தீர்மானிக்கும் தருணம் வந்து விட்டது. இனி வரும் நீண்ட குளிர் கால இரவுகளில் யார் புகழை மக்கள் பாட வேண்டும் என முடிவு செய்யும் நேரம் இது. என்னுடனும் என் வீரர்களுடனும் மோத, உன்னை போர்க்களத்திற்கு அழைக்கிறேன்.

இந்தப் போரினால் உன் கோட்டைக்குள் வாழும் பாமரர்களுக்கு எந்த வித பாதிப்பும் நேராது என நான் உறுதியளிக்கிறேன். நீ, நான், இருவரது வீரர்கள் மட்டுமே பங்குபெறும் ஒரு யுத்தம் - களத்தில் ஒரு முடிவு தெரியும் வரை நாம் போராடுவோம்.

என் சவாலை நீ ஏற்றால், நாளை சூரிய உதயத்தின் போது உன் கோட்டை வாசலின் முன் உள்ள போர்க்களத்தில் நான் உனக்காகக் காத்திருப்பேன்.

வீரத்திற்காக. வெற்றிக்காக.

குபேரன்."

மறுநாள் அதிகாலைப் பொழுதும் இனிதே விடிந்தது. சூரியனின் இளங்கதிர்களும் புல் மற்றும் இலைத் துளிர்கள் மீது அமர்ந்திருந்த பனித் துளிகளை புசிக்கத் தொடங்கியிருந்தது. குபேரனும் அவனது வீரர்களும் கோட்டை வாசலை நோக்கி அணி வகுத்து சுள்ளானுக்குக் காத்திருந்தனர். கதவு திறந்தவுடன் வெளி வந்த சுள்ளானும் அவனது வீரர்களும் தற்காப்பு கட்டமைப்பில் அணி வகுத்து நின்றனர். புயலுக்கே முன்னே நிலவும் அமைதியைப்போல, அந்த போர்க்களத்தில் ஒரு கனமான மௌனம் நிலவியது. ஒருவர் மற்றோருவரை மதிப்பிட, காவலர்கள் எதிரிகளை தாக்கும் ஆவலில் போர் துவங்கக் காத்திருந்தனர்.

போர் முரசும் தாரை ஒலியும் விண்ணைப் பிளக்க, போர் துவங்கியது. காலாட்படை தாக்குதலை துவக்க, அவர்களை பின்தொடர்ந்தனர் குதிரைப்படையினர். குபேரனும் சுள்ளானும் ஒருவரை ஒருவர் அளவிட்டபடி பார்த்துக் கொண்டு நின்றனர். இரு தரப்பினரும் கச்சிதமாகத் தயாராகி திறம்பட போர் புரிந்ததால் போர் உச்ச கட்டத்தை விரைவில் எட்டியது. நேரம் பார்த்து குபேரன் தன் சங்கை முழங்க, கோட்டையின் இரு புறத்திலிருந்தும் இரு சிறு படைப்பிரிவு களம் இறங்கியது. கோட்டைக்குள்ளும் அடைக்கலம் புக முடியாமல், தப்பிக்கவும் முடியாமல், சுள்ளானும் அவன் படையினரும் குபேரனின் கிடுக்கிப்பிடியில் சிக்கினர்.

இப்பொழுது குபேரனுக்கு வெற்றியின் வாய்ப்பு அதிகரித்திருந்தது. குபேரன், மஹாபாரதத்தில் இருந்து போருக்கான கட்டமைப்பைத் தேர்ந்தெடுத்திருந்தான். காலாட்படையிலிருந்த காவலர்களை இரு பிரிவுகளாக போர் களத்தின் இருபுறமும் மறைவில் காத்திருக்கச் செய்தான். குபேரன் சமிக்ஞை செய்தவுடன், அவர்கள் வெளிப்பட்டு பாண்டியர்களை தாக்கத் துவங்க வேண்டும் என ஆணையிட்டிருந்தான்.

குபேரனின் திட்டப்படி போர் நடந்து கொண்டிருக்க, கடைசியில் எஞ்சியிருந்தவர்கள் குபேரனின் நூறு வீரர்களும் சுள்ளானின் பத்து வீரர்கள் மட்டுமே. சுள்ளானும் அவனது ஆட்களும் சோழனின் காவலர்களால் சூழப்பட்டனர். சுள்ளான் மற்றும் அவன் வீர்களின் மரணமும் குபேரனின் வெற்றியும் உறுதியானதை அனைவரும் உணர்ந்தனர்.

சில சமயம், வாழ்விலும் போரிலும், ஒவ்வொரு நிமிடமும், ஒரு யுகத்தைப் போல தோன்றும். நிகழ்வுகள் நகர்ந்து போகாமல், ஊர்ந்து செல்வது போல் தோன்றும்.

போர்க்களத்திலும் இந்த நொடி அப்படித்தான் இருந்தது.

சுள்ளானும் அவன் வீரர்களும், சோழ வீரர்களைப் பார்த்தபடி நெருக்கமாக வட்டமிட்டு நின்றிருந்தனர். தாக்குதலுக்குத் தயாராக, வாளையும் ஈட்டியையும் கையில் ஏந்தியபடி மெதுவாக நகர்ந்தனர். அவர்களை சூழ்ந்த படி நின்ற குபேரனின் வீரர்கள், சுள்ளானும் அவன் வீரர்களும் தோல்வியை ஏற்று, ஆயுதங்களை துறந்து, சரணடைவார்கள் என எதிர்பார்த்தபடி காத்திருந்தனர்.

திடீரென, ஒரு கர்ஜிக்கும் போர் முழக்கம் வெளிப்பட்டது. சுள்ளானின் கர்ஜனையில் ஒரு முக்கிய செய்தியோ, குறிப்போ ஒளிந்திருப்பது போல் இருந்தது. கடைசி மூச்சு வரை போராட அவனது ஆட்களுக்கு இது ஒரு உந்துதலாக இருந்தது. மரணம் தழுவும் வரை எதிர் தாக்குதலில் ஈடுபடுவது என முடிவெடுத்து, எதிரே இருந்த சோழ வீரர்களை அவர்கள் இதுவரை வெளிப்படுத்தாத ஒரு வேகத்தோடும் கோபத்தோடும் தாக்கத் துவங்கினர். இதை ஏதும் எதிர்பாராத சோழ வீரர்கள் திடுக்கிட்டனர்.

தன் வட்டத்தை விட்டு வெளியேறாது, சோழ வீரர்களின் கட்டமைப்பை உடைத்தான் சுள்ளான். இதனால் குபேரனின் வீரர்கள், சுள்ளானையும் அவன் வீரர்களையும் வட்டமிட்டு தாக்கும் சூழல் ஏற்பட்டது. ஒரே நேரத்தில் பல சோழ வீரர்கள் சில பாண்டிய வீர்களை தாக்குவதற்கு வட்டமான வடிவமைப்பே ஒரு முட்டுக்கட்டையாக அமைந்தது. சுள்ளானும் அவன் வீரர்களும் பேரிழப்பை கட்டவிழ்த்து விட்டார்கள். குபேரனின் வீரர்கள் மாய்ந்து கொண்டே இருக்க, மீதம் இருப்பவர்களின் தைரியம் காணாமற் போனது.

போரும், படை பலத்தை கணிக்கும் ஒரு எண்ணிக்கையிலான விளையாட்டு தானே. கடைசியில் சுள்ளானிடம் போதிய எண்ணிக்கையிலான வீரர்கள் இல்லாமல் போனது.

ஒன்றன் பின் ஒன்றாக சுள்ளானின் வீரர்களும் மடிந்தார்கள். கடைசியில் சுள்ளானோடு இரண்டு வீரர்களே எஞ்சியிருந்தார்கள். பிற்பகல் ஆகியிருந்ததால், இருதரப்பினரும் மிகவும் களைத்து இருந்தார்கள். இறுதியில் மற்ற இருவரும் காயப்பட்டு வீழ்ந்தார்கள். உயிரோடு இருந்ததால் அவர்கள் ராஜராஜனின் கூடாரத்திற்கு அழைத்துச் செல்லப்பட்டார்கள்.

குபேரன் வெற்றி பெற்றான். ஆனால் அதற்காக அவன் பேரிழப்புகளை சந்திக்க வேண்டியிருந்தது. முறையாக உணவும் மருந்தும் அளிக்கப்பட்டப் பிறகு சுள்ளானும் அவன் வீரர்களும் ராஜராஜன் மற்றும் அகத்தியன் முன்பு அழைத்து வரப்பட்டார்கள்.

குபேரனால் தன்னை கட்டுப்படுத்திக்கொள்ளவே முடியவில்லை. அவன் சுள்ளானைப் பார்த்து,

“ஏன்? ஏன்?” என்று வினவினான்.

சுள்ளான் அதற்கு, “எங்கள் முன் வைக்கப்பட்ட மாற்றுத் தீர்வுகள் என்னென்ன?

பின்வாங்குவதையும் சரணடைவதையும் நாங்கள் ஒரு தீர்வாகவே கருதவில்லை.

கொல் அல்லது கொல்லப் படு

நாங்கள் தேர்ந்தெடுத்தது...”

சிகிச்சை பலனளிக்காமல் சுள்ளான் மறுநாள் உயிர் நீத்தான். நினைத்தபடி வாழ்வையும் இறப்பையும் தேர்ந்தேடுத்த ஒரு மாவீரன் அவன்.

சில நேரங்களில், வெற்றி நமக்கு களிப்பை விடுத்து கசப்பையே ஏற்படுத்துகிறது.

அன்று இரவு, கூடாரங்களின் நடுவே தீ மூட்டி அதன் முன்னே ஆழ்ந்த சிந்தனையில் மூழ்கியபடி அமர்ந்திருந்தான் குபேரன். அதை கவனித்த அகத்தியன் அவன் தோளை ஆதரவாக தொட்டார்.

“எதற்கும் அஞ்சாத பகைவன் தான் மிகவும் ஆபத்தான எதிரி. சுற்றிவளைக்கப்பட்டு கைப்பற்றப்படும் நிலையில் உள்ள புலி, தப்பிச் செல்ல எதையும் செய்யத் தயங்காது” என்று அவனுக்கு ஆறுதல் கூறினார்.

* * *

படிப்பினை

- போர் உச்சத்தில் குபேரனின் கை ஓங்கியிருந்தாலும் அந்த அனுகூலத்தை அவன் தக்க வைத்துக் கொள்ளாமல் தொலைத்துவிட்டான். தனது கட்டமைப்பை சுள்ளான் தகர்க்க அவன் அனுமதித்தான். பாண்டியர்களின் வட்டத்தை உடைத்து அவர்களை வெளியே இழுத்து சண்டையிடுவதை விடுத்து, குபேரன் அவர்களை வட்டமிட்டு நின்றான். இதனால் ஒரே நேரத்தில் பல தாக்குதல்களை நிகழ்த்த முடியாமல் தனது வெற்றி வாய்ப்புகளை தானே கெடுத்துக் கொண்டான்.
- நாம் முன்னிலையில் இருந்தாலும், அவசியம் ஏற்பட்டால் ஓரடி பின் வாங்குவது தவறில்லை ... அது இன்னும் வேகமாக முன்னால் பாய்வதற்கு உதவும் என்கிற புரிதல் இருக்கும் வரை.

மூவேந்தர்: கை நழுவிய வெற்றி

கோகுல்: ஒரு புது வாடிக்கையாளர் கிடைத்துவிட்டார் என நினைத்தோம். கிட்டத்தட்ட அனைத்தையும் பேசி முடித்திருந்தோம். ஒப்பந்தத்தில் கையொப்பமிடுவது தான் பாக்கி. ஆனால் மிக மிகத் தாமதமாகத்தான் அந்த வாடிக்கையாளரை நாங்கள் இழந்து விட்டோம் என்பதை உணர்தோம். எங்கள் பலவீனத்தை அறிந்து எங்கு அடித்தால் வலிக்குமோ அங்கு எதிராளி பலமாக அடித்தார் போல் இருந்தது. காற்று வெளியேறிய பலூனைப் போல எனது குழுவினரின் ஆர்வம் முழுதும் இந்த ஒப்பந்தம் கை நழுவியதால் காணாமல் போனது. புது வாடிக்கையாளர் கிடைத்து விட்ட மகிழ்ச்சியில் கொண்டாட்டத்திற்கான ஏற்பாடுகளை துவங்கி இருந்தோம். அப்புறம்......

ஜே கே: மாரத்தான் (நெடுந்தூர ஓட்டப்பந்தயம்) ஓட்டப்பந்தய போட்டியின் பெரும்பகுதி வரை முன்னணியில் இருந்த வீரரின் கதையை கேட்டிருக்கிறாயா? மற்ற வீரர்களைக் காட்டிலும் வெகுவாக முன்னணியில் இருந்த நம் வீரர், மைதானத்திற்குள் இறுதிச் சுற்றிற்காக நுழைந்து, வெற்றிக் கோட்டை பார்த்தபடி ஓட்டத்தை தொடர்ந்தார். பயிற்சியாளரும், பார்வையாளர் கூண்டிலிருந்து அவரை ஊக்குவித்துக் கொண்டிருந்தார்.

ஓட்டப் பந்தயத்தின் இறுதி கட்டத்திற்கு வந்துவிட்ட அவர், தங்கப் பதக்கம் வெல்லும் வாய்ப்பிருக்கு மிக அருகில் இருந்தார். இறுதிக் கோட்டிலிருந்து வெறும் ஐம்பது மீட்டர் தூரத்தில் இருக்கும் போது, வெற்றி பெற்றுவிட்ட களிப்பில் கைகளை மேலே தூக்கி, பார்வையாளர்களை பார்த்து கையசைத்தபடி வேகத்தை குறைத்தார். பயிற்சியாளர், பதட்டத்தில் வெறித்தனமாக அவரிடம் வேகமாக ஓடி வருமாறு சைகை செய்வதை அவர் கவனிக்கத் தவறி விட்டார். அந்த நொடி நேர களிப்பிலேயே மூழ்கி இருந்தார் நம் வீரர். கடைசி இருபத்தி ஐந்து மீட்டர் தூரத்தில் இருக்கும் போது, பின்புறம் சத்தம் கேட்க திரும்பிப் பார்த்தார். தலையை திருப்பிப் பார்த்த அந்த ஒரு நொடியில், பின்னால் ஓடி வந்த இன்னொரு வீரர் இவரை வேகமாக முந்தி வெற்றி கோட்டை முதலில் கடந்து போட்டியில் முதல் இடத்தை வென்றார்!

எப்பொழுதும், வெற்றிக் கோட்டை கடந்து விட்ட பின்பு உங்கள் கொண்டாட்டத்தை தொடங்குங்கள். உங்கள் போட்டியாளர்கள் உங்களை கவனித்துக் கொண்டும் உங்களை முந்துவதற்கு தக்க சமயத்தை

எதிர்ப்பார்த்துக் கொண்டும் இருக்கிறார்கள் என்பதை மறந்து விடாதீர்கள். வெற்றி பெற்று விட்டோம் என்கிற நினைப்பில் நீங்கள் களித்திருக்கும் நேரம் தான் உங்கள் போட்டியாளர்கள் உங்களை இலகுவாக முந்திச் செல்வார்கள் என்பதை நினைவில் கொள்ளுங்கள்.

கோகுல்: ஆனால் எந்நேரமும் ஓடிக் கொண்டும், திரும்பிப் பார்த்துக் கொண்டும் இருக்க முடியாதே!

ஜே கே: அப்படி இருக்க நாம் பழகிக் கொள்ளத் தான் வேண்டும். நாம் இந்த விளையாட்டை தேர்ந்தெடுத்து விட்டோம். நாடகத்தில் வேடமிட்டு நடிக்க ஒப்புக்கொண்டோம். ஆதலால் ‘செய்வன திருந்தச் செய்’ என்கிற ஆத்திச்சூடி கூற்றிற்கேற்ப எடுத்த காரியத்தை சிறப்பாகச் செய்து முடிக்க வேண்டும்.

ராதா: அப்படி என்றால் நாங்கள் மாரத்தான் போட்டியில் ஓடிக் கொண்டே இருக்க வேண்டுமா?

ஜே கே: எப்போதும் ஒரே மாதிரி இருக்காது ராதா. நீ ஓடும் நிலப்பரப்பும், உன் போட்டியாளர்களும் தான் உன் நடவடிக்கைகளை வரையறுக்கிறார்கள். ஓடும் நிலப்பரப்பை பற்றி நீ அதிகம் அறிந்திரா விட்டால், அதைப் பற்றி தெரிந்து கொள்ள சிறிது நேரமும் முயற்சியும் செலவிடு. அத்தகைய நேரங்களில் மெதுவாக ஓடு.

பரிச்சயமான நிலப்பரப்பில், எப்பொழுது வேகமாக ஓடுவது, எப்பொழுது மெதுவாக செல்வது என்பதை நீயே முடிவு செய்.

ஆனால் அவ்வப்போது, நின்று, நிதானித்து இந்தப் போட்டியில் ஓடுவது தேவைதானா என்பதை பகுப்பாய்வு செய்து கொள். ஆம் என்றால், நீ செயல்படப் போகும் சூழல், நிலப்பரப்பு, வியூகங்கள், தப்பிக்கும் வழித்தடங்கள் என அனைத்தையும் தெரிந்து கொண்டு பின்னர் உன் பணிகளைத் துவங்கவும்.

சில நேரங்களில் நீ உன் போட்டியாளர்களை முந்திச் செல்லலாம் அல்லது அவர்களை சுற்றி வளைக்கலாம். அத்தகைய தருணங்களில் நீ எதிர்ப்பார்த்திராத வண்ணம் அவர்கள் பதிலடி கொடுக்கலாம், அல்லது வேறு செயல்களில் ஈடுபடலாம். நீ அதற்கும் தயாராக இருக்க வேண்டும்.

உங்களின் வளர்ச்சிப் பாதையில் கிடைக்கும் முதல் சில வெற்றிகளால் உந்தப்பட்டு, முழு வேகத்துடன் முன்னேற முயற்சிப்பீர்கள். ஆனால் சில நேரங்களில், இரண்டடி பின்னால் சென்று, செல்ல வேண்டிய பாதையை மதிப்பிட்டு முன்பை விட வேகமாக, வீரியத்துடன் செல்ல முயற்சிப்பதே அதிக நன்மை பயக்கும்.

MARKETING CASE IN POINT

மேகி நூடுல்ஸ்... கோடிக்கணக்கானவர்களுக்கு, சுகமளிக்கும் உணவு... உயிரூட்டும் உணவு.

2015 ஆம் ஆண்டில், ஏற்புடைய அளவிற்கு அதிகமாக எம்.எஸ்.ஜி (மோனோ சோடியம் க்ளூடாமேட் என்கிற சுவை கூட்டி) இருப்பதாக குற்றம் சாட்டி, மனித ஆரோக்கியத்திற்கு கேடு விளைவிக்கும் ஈயம் இருப்பதாக சந்தேகிப்பதாகவும் கூறி இந்திய அரசு, மேகி நூடுல்ஸை நாடெங்கும் தடை செய்யதது. தடை அறிவிப்பு வந்த சில நாட்களிலேயே மேகி நூடுல்ஸ் அனைத்து கடைகளில் இருந்தும் அப்புறப்படுத்தப்பட்டது. இருந்த சுவடே இல்லாமல் அது மறைந்து போனது!

அடுத்த ஐந்து மாதங்களுக்கு, மேகியின் ரசிகர்கள் மற்ற நூடுல்ஸை சுவைத்து, அவை யாவும் தங்களுக்குப் பிடித்த மேகி நூடுல்ஸ் போல் இல்லை என ஏங்கத் துவங்கினார்கள்.

தனக்கு ஏற்பட்ட களங்கத்தை துடைத்தெறிந்து, ஐந்து மாதங்களுக்குப் பிறகு மீண்டும் விற்பனையை தொடங்கிய மேகி, முன்பு இருந்திராத ஒரு வெறியுடன் செயல்பட்டது. இப்பொழுதும் எப்பொழுதும் நம்பி உண்ண மேகி ஒரு பாதுகாப்பான உணவே என அனைத்து ஊடகங்களிலும் பலமாக விளம்பரப்படுத்தியது.

நாடெங்கிலும் பரவிக்கிடந்த கோடிக்கணக்கான மேகி பிரியர்களை, விளம்பரங்கள் மூலம் மீண்டும் தன் வசம் ஈர்க்க முற்பட்டது மேகி நிறுவனம். அனைத்து விளம்பரங்கள் மற்றும் தகவல் பரிமாற்றங்களின் மையத்திலும், மேகியை ருசித்ததால் வாடிக்கையாளர்களின் விசேஷமான தருணங்கள் மேலும் எப்படி சிறப்பானது என்பதை ஒரு ஏக்கத்துடன் நினைவூட்டுவதாக அமைத்திருந்தது அந்நிறுவனம்.

இத்தகைய விளம்பரங்களும், பிரச்சாரமும் நுகர்வோரிடையே பெரும் வரவேற்பை பெற்றன. அந்நிறுவனத்தின் முகநூல் பக்கத்தை மேகி பிரியர்கள் தங்களின் பாராட்டுகள், பகிர்வுகள், மற்றும் மேகி சமையல் குறிப்புகளால் நிறைத்தனர். இன்னும் சிலர், மேகி தங்களின் வாழ்வில் எப்படி ஒரு முக்கியமான இடத்தை பெற்றது

என்கிற சொந்த அனுபவங்களையும் அழகாக எடுத்துரைத்து இருந்தார்கள்.

மேகி ஒரு இக்கட்டான சூழலில் சிக்கியது. ஆனால் தளராமல் தன்னிடம் இருந்த அனைத்தையும் - உணர்ச்சிபூர்வமான பிணைப்பு மட்டும் ஏக்கத்துடனான நினைவூட்டல், சாதுர்யமாக உபயோகித்து, மீண்டும் மக்கள் மனதில் அரியணையிட்டு அமர்ந்தது.

அத்தியாயம் 7

சந்தைப்படுத்துபவனே! வியூகம் என்பது இலக்கணத்தைப் போல முக்கியமானது

"நாம் இங்கு முகாமிடக் கூடாது"

சுள்ளானை வென்ற களிப்பில் திளைத்தபடி, ராஜராஜனும் அவனது படையினரும் புதிய உற்சாகத்தோடும் உத்வேகத்தோடும் தங்கள் கடைசி இலக்கினை நோக்கி பயணித்துக்கொண்டிருந்தார்கள். இதுவரை அவர்களது அனைத்து நடவடிக்கைகளுக்கும் ஆணிவேராக இருந்து அவர்களை தூண்டிய அதே இலக்கு. ராஜராஜனின் இந்த நெடிய பயணத்தில் வீரர்கள் அவனுக்குத் துணையாய் இருக்கத் தூண்டிய இலக்கு. இந்த கரடு முரடான பாதையில், அவர்கள் சந்தித்த வெற்றிகளும், பின்னடைவுகளும் கணக்கிலடங்கா. ஆனால் அகத்தியனின் வாழிகாட்டுதலால், ராஜராஜன் பல முக்கிய வாழ்க்கைப் பாடங்களை கற்றான். வாழும் வரை கற்கும் கலையை கைவிடலாகாது என்பதை உணர்த்தியது இப்பயணம்.

"நாம் இங்கு முகாமிடக் கூடாது" என்றார் அகத்தியன்.

ஏன் கூடாது?

"ஏனென்றால் இங்குள்ள நிலம் மிகவும் கரடு முரடானது. இதில் குறைந்த பட்ச தற்காப்பு தாக்குதலைக் கூட மேற்கொள்ள இயலாது. ஒரு சிறு படைப் பிரிவினரும் நம்மை எளிதில் வீழ்த்திவிடலாம். சுந்தர பாண்டியன் தன் படைகளை எல்லாம் ஒன்று திரட்டும் மஹேந்திரமங்கலத்தை நோக்கி நாமும் பயணிப்போம்."

"அப்போது நாம் பயணித்துக் கொண்டே இருக்க வேண்டுமா? அது ஆபத்தான செயல் அல்லவா? நமது படை வீரர்கள் சோர்வடைந்து விடுவார்களே?"

“ஆமாம் மற்றும் இல்லை இரண்டும்தான்”

ராஜராஜனும் அகத்தியனும் இறுதித் தாக்குதலுக்குத் தயாராகிக்கொண்டிருந்த கூடாரத்திற்கு வாழ்த்த வந்த சுகந்தி, அங்கு நடந்துகொண்டிருந்த யுக்திகளைப் பற்றிய விவாதத்திலும் பங்கேற்றாள்.

“நாம் ஓரிடத்தில் முகாமிட்டு தங்கிவிடாமல் முன்னேறிக் கொண்டே இருக்க வேண்டும். நாம் எப்பொழுது அவன் முகாமை சென்றடைவோம் என்பது சுந்தர பாண்டியனுக்குத் தெரிந்து விடக் கூடாது. ஆனால் அவன் முகாமை சென்றடையும் போது நமது வீரர்களும் களைத்து, சோர்வாக இல்லாமல் தாக்குதலுக்கு ஆயத்தமாக இருக்க வேண்டும். இதை சாதிப்பது சற்றே சவாலான விஷயம்தான்.”

போர் யுக்திகளில் நன்கு தேர்ச்சி பெற்றவளான சுகந்தியும் அவள் பரிந்துரைகளை முன்வைத்தாள். அந்தக் காலத்தில், ஆண்களில் சிலராவது, நல்ல அறிவுரைகளை யார் கூறினாலும் ஏற்றுக் கொண்டிருந்தார்கள். அத்தகைய ஆண்கள் இன்றும் இருந்தால் எவ்வளவு நன்றாக இருக்கும்!

இறுதியில், ஒரு திட்டத்தை முடிவு செய்து அதை நடைமுறைப்படுத்தும் ஆயத்த வேலைகளும் முடுக்கி விடப்பட்டன.

அகத்தியன் ஒரு பாதிப் படைப் பிரிவின் தலைமையேற்று, ஒரு சுற்றுப் பாதையில், அவர்களுக்கும் சுந்தர பாண்டியனின் முகாமுக்கும் இடையே இருந்த ஒரு முக்கிய கோட்டையை நோக்கிப் பயணப்பட்டார்கள். ராஜராஜன், மீதிப் படையை, சுந்தர பாண்டியனின் முகாமிற்கான நேர் வழியில் வழி நடத்திச் சென்றான்.

பாண்டியனின் முக்கியத் தளபதியான வேலன் காக்கும் கோட்டையை அகத்தியன் நன்றாக ஆய்வு செய்தார். நன்கு கண்காணித்த பின் எப்பொழுதும் போல கோட்டையை சுற்றி வளைத்தார். வேலனும் சோழர்களின் இந்த யுக்தியை நன்கு அறிந்திருந்தான். சோழ வீரர்கள் மேற்கொண்டு வேறு எந்த நடவடிக்கையையும் மேற்கொள்ளாமல் ஒரு வாரமாக முகாமிட்டு அமைதியாக இருந்தனர். சோழ வீரர்களின் முகாம்களு ம், அவர்கள் சமைக்கும் போது கிளம்பிய புகையும் அவர்கள் ஒரு நீண்ட முற்றுகை முயற்சிக்கு ஆயத்தமாக வந்திருக்கிறார்கள் என்பதை வேலனுக்கு உணர்த்தியது. கோட்டைக்கு வெளியே விறகுகள் குவித்து வைக்கப்பட்டன. சோழ வீரர்களும் முகாம்களுக்கு உள்ளேயும் வெளியேயும் நடமாடிக் கொண்டிருந்தார்கள். இன்னும் சிலர்

கோட்டையின் பின் வாசலுக்குச் சென்று அங்கு ஒரு கண்காணிப்பு மட்டும் தாக்குதல் பிரிவை அமைத்தனர். வேலனும் அவன் வீரர்களும், அகத்தியன், தன் யுக்தியை மாற்றி கோட்டையைத் தாக்கக் கூடும் என யூகித்து, எதற்கும் தயாராக, விழிப்புடன் காத்திருந்தனர்.

மறுபுறம், ராஜராஜனின் வீரர்களோ மிகவும் சோர்வுற்று நடக்கவே சிரமப்பட்டார்கள். மாதக்கணக்கில் போரில் ஈடுபட்டதும் ஓரிடத்தில் இருந்து வேறிடம் பயணப்பட்டதும் அவர்களை பெரிதும் பாதித்திருப்பதை உணர்த்தியது. வீரமும், பழி வாங்கும் ஆர்வமும் அற்ற வீரர்களாய், வெறும் உணவுக்கும் உறக்கத்திற்கும் ஏங்கும் சாதாரண மானிடர்களாகி விட்டார்களா என ராஜராஜன் சந்தேகப்படும் அளவிற்கு படையினரின் மன உறுதி தளர்த்திருந்தது. ஊக்கமளிக்கும் பேச்சுகள், ஏளன வார்த்தைகள், உத்தரவுகள் என தன் வீரர்களை இலக்கினை அடைய பலவிதமாக ராஜராஜன் உந்தித் தள்ளினான், படை வீரர்கள் மன்னனின் பேச்சிற்கு அடிபணிந்தாலும் மிக மிக நிதானமாக செயல் பட்டார்கள். இந்தப் படையா சுந்தர பாண்டியனை வீழ்த்தப் போகிறது என கவலை கொண்டான் ராஜராஜன்.

தன் வீரர்களுக்கு தேவைக்கு அதிகமாகவே உணவுப் பொருட்கள் கிடைக்க ஏற்பாடுகள் செய்தான் ராஜராஜன். முகாமிற்கு நடுவே தீ மூட்டி வீரர்கள் இளைப்பாறிக்கொண்டிருக்கும் ஓர் இரவு, ராஜராஜன் அவர்களை உற்சாகப்படுத்தும் விதமாக வீர உரை ஆற்றினான். சோழ வம்சத்தின் பெருமைகள், போரில் வீர மரணம் எய்திய தளபதிகள் மற்றும் படை வீரர்களின் கதைகள், விக்ரமன் தன் இன்னுயிரை நாட்டிற்காக தியாகம் செய்தது என உணர்ச்சியூட்டும் ஒரு உரையை வழங்கினான். மன்னனின் பேச்சைக் கேட்ட பின் ஒவ்வொரு வீரனுக்கும் உள்ளுக்குள் உற்சாகமும் உத்வேகமும் பெருக்கெடுத்து ஓடியது.

தனது கோட்டையில் ஒற்றர்கள் கொண்டு வரும் செய்திகளைக் கேட்டு சுந்தர பாண்டியன் புன்முறுவல் பூத்தாலும், மனதில் சற்றே கவலை கொண்டான். ஒவ்வொரு முறையும் நல்ல செய்தியை கேட்கும்போதெல்லாம் அவன் உள்ளுணர்வு மட்டும் எச்சரிக்கை மணி அடித்தபடியே இருந்தது. அவன் கூர்மையான அறிவுள்ளவனாதலால், எதிரிகள் தந்திரமாக செயல்படக்கூடும் என்பதை அறிந்திருந்தான். கடைசியாக கிடைத்த தகவலின் படி வேலன் கோட்டையின் மீதான தன் ஆதிக்கத்தை தக்க வைத்துக் கொண்டிருந்தான். ராஜராஜன் மிக மிக நிதானமாக முன்னேறிக்கொண்டிருந்தான். இதே வேகத்தில் பயணித்தால்

அவன் மூன்று நாட்களில் சுந்தர பாண்டியன் எதிர்பார்த்த இடத்தை அடைந்து விடுவான். இரவில் முகாமிட தகுந்த இடம் கிடைக்காமல் மூன்று நாட்கள் தவிப்பார்கள். நன்றாக யோசித்த பின்னர் தான் சுந்தர பாண்டியன் மஹேந்திரமங்களைத்தை தேர்ந்தெடுத்திருந்தான். போரில் தேர்ந்த வீரர்களை அங்கு நிறுத்தியிருந்த பாண்டியன் அவர்கள் விழிப்போடு இருப்பதையும் உறுதி செய்து கொண்டான். இதற்கு மேல் அவர்கள் வருகைக்காக காத்திருப்பதை விட வேறு எதுவும் செய்வதற்கில்லை. பொறிக்குள் எலி சிக்கும் வரை பொறுத்திருக்க வேண்டும். இன்னும் மூன்று நாட்கள் தான் - அருவருக்கத்தக்க சோழர்களை இந்த பூமியில் இருந்து, ஒரு சுவடில்லாமல் துடைத்து எறிவதற்கு. மூன்று நீண்ட நாட்கள்...

இரண்டாம் நாள் அதிகாலை, சுந்தர பாண்டியனின் முகாம் நித்திரையில் இருந்து மெதுவாக விழிக்கத்தொடங்க, திடீரென எழுந்த ஒரு அழுகுரலால் வீரர்கள் திடுக்கிட்டனர். அவர்களது முகாம் எதிரிகளின் தாக்குதலுக்கு உள்ளானது! “கொலையாளிகள் நம் முகாமிற்குள் நுழைந்து நம் வீரர்களின் கழுத்தை அறுத்து கொன்று வருகின்றனர்!” என ஒரு பாண்டிய வீரன் கூக்குரலிட்டான். இதுவரை உயிர் இழந்தவர்கள் அனைவரும் கோட்டையை காத்து எதிரிகளைக் கண்டவுடன் உள்ளிருப்போரை எச்சரிக்கை வேண்டிய காவலர்களே. காலைக் கடனிற்காக, ஒரு வீரன், முகாமிற்கு சற்று வெளியே ஒதுங்கிய போது, இறந்து கிடந்த ஒரு காவலாளியைப் பார்த்து கூக்குரல் எழுப்பினான். மற்றவர்களை எச்சரித்த அடுத்த நொடி ஓர் அம்பு அவன் தொண்டையைப் பதம் பார்க்க, சடுதியில் அவன் மாண்டான். ஆனால் அவன் வீழ்வதற்குள் அங்குள்ள அனைவரையும் சுதாரிக்க வைத்து விட்டான்.

பாண்டிய வீரர்கள் சடுதியில் தங்கள் ஆயுதங்களை கையில் எடுத்து ஒரு கட்டமைப்பில் அணிவகுக்க முற்பட்டார்கள். அதிகாலையின் தூக்கக் கலக்கம், நடப்பது என்னவென்று புரியாத குழப்பம் போன்ற காரணங்களால் அவர்களால் ஒருங்கிணைந்து செயல்படமுடியவில்லை. போரில் நன்கு தேர்ச்சி பெற்ற வீரர்களாயினும் இத்தகைய அதிகாலைத் தாக்குதலை அவர்களை எதிர்பார்க்கவில்லை.

ராஜராஜனின் வீரர்கள், சுந்தர பாண்டியனின் முகாமிற்குள் புகுந்து புயல் வேகத்தல் அனைவரையும் தாக்கினார்கள். பாண்டியனின் முகாமிற்குத் தெற்கே சில இடையூறுகள் இருந்ததால் ராஜராஜன் கிழக்குத் திசையில் இருந்து தாக்குதலைத் தொடங்கினான். சில நிமிடங்கள் அங்கே குழப்பம் நிலவினாலும், பாண்டிய வீரர்கள் சீக்கிரமே சுதாரித்துக்

கொண்டார்கள். சமயோஜித அறிவும், புத்தி கூரிமையும் கொண்ட பாண்டிய வீரர்கள், சீக்கிரமே தங்களை தற்காத்துக் கொள்ளும் முயற்சியில் தீவிரமாக செயல்பட்டு, ஒரு பலமான, ஒருங்கிணைந்த எதிர்ப்பை வெளிப்படுத்தினார்கள். ஆனால் ராஜராஜன் வில்லாளர்கள் யாரை எல்லாம் முதலில் வீழ்த்தவேண்டும் என்று முன்கூட்டியே திட்டமிட்டிருந்த படியால், தலைவர்கள், தளபதிகள் மற்றும் முக்கிய நபர்கள் அனைவரையும் குறி வைத்து தகர்த்தார்கள். ஆணையிட்டு வழி நடத்துவோர் இல்லாததால் பாண்டிய வீரர்களிடையே குழப்பம் நிலவியது. பாண்டிய வீரர்கள் மனதின் சமநிலையை சீர்குலைக்க வேண்டும் என்கிற சோழனின் குறிக்கோள் இதனால் நிறைவேறியது.

ராஜராஜனின் காவலன் ஒருவன் இதற்குள் சோழர்களின் கொடியை ஏற்றி தாரையை ஒலிக்க, அதை தான் தன் படையோடு உள்ளே நுழைவதற்கான ஆணை என்பதை புரிந்து கொண்டு அகத்தியனும் போர்க்களத்தில் மேற்குத் திசையில் இருந்து நுழைந்தான். இன்னொரு படைப் பிரிவு போர்க்களத்தில் நுழைவதைப் பார்த்த சுந்தர பாண்டியன் திடுக்கிட்டான். அவர்கள் தப்பிக்க ஒரே ஒரு சிறிய பாதை மட்டும் வடக்குத் திசையில் இருந்தது. புதிய படைப் பிரிவின் வருகையால் சோழர்களின் கை ஓங்குவதைப் பார்த்த சில பாண்டிய வீரர்கள், மன உளைச்சல் அதிகரித்ததால் அந்த குறுக்குப் பாதை வழியாக தப்பி ஓட முயற்சித்தார்கள். இதைப் பார்த்த மற்ற காவலர்களும் தப்பி ஓட முயற்சித்தார்கள். கடைசியில், அனைத்து வீரர்களும் போர்க்களத்தில் இருந்து அந்த குறுகிய பாதை வழி தப்பி ஓட முயற்சிக்க அது தள்ளு முள்ளில் முடிந்தது.

புறமுதுகு காட்டி ஓடும் தன் படையினரைப் பார்த்து வேதனையுற்றான் சுந்தர பாண்டியன். இது எத்துணை பெரிய அவமானம்!

இந்த நிமிடத்திற்காவே காத்திருந்த சோழ வில்லாளர்கள் குறுகிய பாதையை கடக்கும் அத்துணை பாண்டிய வீரர்களை சரமாரியாக வீழ்த்தத் தொடங்கினார்கள். போர் தொடங்கிய வேகத்தில் முடிவையும் நெருங்கிவிட்டது என்பது பாண்டியனுக்குப் புரிந்தது.

தான்சூழப்பட்டோம், ராஜ்ஜியத்தை இழக்கப்போகிறோம் என்பதெல்லாம் சுந்தர பாண்டியனுக்குத் தெளிவாகப் புரிந்தாலும், போராடுவதை அவன் கை விடவில்லை.

ராஜராஜன் சுந்தர பாண்டியனை வாள் சண்டைக்கு அழைத்தான். இரண்டு திறமை வாய்ந்த மாவீரர்கள் சண்டையிடுவதைப் பார்ப்பது

ஒரு கண்கொள்ளா காட்சியாக இருந்தது. இரு பக்க வீரர்களும் சண்டையிடுவதை விடுத்து. மன்னர்களின் வாள் வீச்சை பார்த்து ரசித்த வண்ணம் நின்றனர். ஒருவருக்கு மற்றவர் சளைக்காமல் ஈடு கொடுக்க, இருவரின் ஆதிக்கமும் ஓங்குவதும் குறைவதுமாக சண்டை நெடு நேரம் நீடித்தது. இறுதியில் ராஜராஜனின் இளமையும் துடிப்பும் வெல்ல, சுந்தர பாண்டியன் தோல்வியைத் தழுவினான்.

நீண்ட காத்திருப்புக்குப் பிறகு, ராஜராஜன், தனது தந்தையின் மரணத்திற்கு பதிலடி கொடுத்தான்.

மகிழ்ச்சிததும்பவேண்டியஅந்தப்பொழுதில்அவன்ஏனோவெறுமையை மட்டுமே உணர்ந்தான். காரணம் ஏதுமின்றி சோகமாகக் காணப்பட்டான். சிந்தனையில் ஆழ்ந்தபடி போர்க்களத்தை விட்டு வெளியேறினான். நினைத்ததை நடத்தி முடித்தும், தன்னை ஏன் மகிழ்ச்சியும், மன நிறைவும் ஆட்கொள்ள வில்லை என யோசித்தான்.

* * *

வியூகம் பற்றி ராஜராஜனும் அகத்தியனும் ஆலோசித்துக் கொண்டிருந்த அந்த இரவில் தான் சுகந்தி, பாண்டியனை தந்திரமாக ஏமாற்றும் யுக்தியை முன்மொழிந்தாள். அதன்படி சோழர்களின் படையை இரு பிரிவுகளாக்கி இரு வெவ்வேறு பாதைகளில் பயணிக்க வைத்து, அதன் மூலம் எதிரிகளின் படை பலத்தை பாண்டியன் குறைத்து மதிப்பிடும்படி திட்டம் தீட்டினர்.

ராஜராஜன் தனது வீரர்கள் சோர்வால் தளர் நடையிடுவது போல் பார்த்துக் கொண்டான். இதனால் சோழ வீரர்கள் போரினால் களைத்திருப்பதாக பாண்டியர்கள் நினைத்தார்கள். ஆனால் இரவில் ராஜராஜனின் வீரர்கள் இரு மடங்கு வேகமாக நடந்து முன்னேறி, சுந்தர பாண்டியன் எதிர் பாராத நேரத்தில், அவர்கள் அதிர்ச்சியுறும் விதமாக அதிரடியாக தாக்குதலை தொடங்கினார்கள்.

அகத்தியனின் வேலை, கோட்டையை முற்றுகையிட வந்திருப்பதாக வேலனை நம்ப வைப்பதேயாகும். அதற்காக வீரர்களை கோட்டையைச் சுற்றி அமரச் செய்து ஒரு நீண்ட முற்றுகை முயற்சி தொடங்கியதற்கான அனைத்து நடவடிக்கைகளையும் வீரர்களை அரங்கேற்றுமாறு ஆணையிட்டான். ஆனால், உண்மையில் சிலரை மட்டுமே அங்கு விட்டு விட்டு மற்றவர்களை அழைத்துக் கொண்டு

ஏனையர் கோட்டையை தாண்டி ராஜராஜனின் இருப்பிடத்தை நோக்கி பயணித்தனர். கோட்டையை கைப்பற்றாததேன் என்று கேள்விக்கு, அப்படிச் செய்வதால் நமக்கு சொற்பமான பயன்கள் தான். "அந்தக் கோட்டையைக் கைப்பற்றுவதால் சுந்தர பாண்டியனை வெல்ல நமக்கு எந்த ஒரு குறிப்பிடத்தக்க ஆதாயமும் கிடைத்து விடாது." அதிக பட்சமாக, அவன் கவனத்தை திசை திருப்பி, அவனின் பொழுதையும் சில வீரர்களின் உயிர்களையும் விரயமாகி இருப்போம். ஆனால் வேலனின் கோட்டையை கைப்பற்றும் முயற்சியை அகத்தியன் துறந்ததால் அவனால் ஒரு படைப் பிரிவனரோடு கோட்டையை தாண்டி விரைந்து சென்று ராஜராஜனுக்கு தேவையான நேரத்தில் தேவையான இடத்தில் உறுதுணையாக இருக்க முடிந்தது.

அகத்தியனுக்கு ராஜராஜனின் மன நிலையை நன்றாகவே உணர முடிந்தது. அனைத்தும் நல்லபடியாய் முடிந்தவுடன் ராஜராஜனிடம் சென்று:

மொழியும் இலக்கணமும் போலத்தான் போரும் வியூகமும் என்றார்.

* * *

படிப்பினை

வியூகத்தின் கட்டமைப்பை மட்டும் முன்னமே தீர்மானித்து விட வேண்டும். எதிரியின் படை பலத்தையும், நகர்வுகளையும் கணித்த பின் அதற்கு ஈடு கொடுக்கும் வண்ணம் நமது செயல்பாடுகள் அமைய வேண்டும்.

நாம் தண்ணீரைப் போல் இருக்க வேண்டும் என்றார் அகத்தியன். தண்ணீர் ஓடிக் கொண்டே இருக்கும். சூழ்நிலைக்குத் தகுந்தாற்போல் மாறி, ஊற்றப்படும் பாத்திரத்தின் வடிவை ஏற்கும். இயல்பிலும் வடிவிலும் மாறுவது, மேடு பள்ளங்களை சமன் செய்வது என எது தேவையோ அதை செய்து முடிக்கும்.

* * *

மொழியும் இலக்கணமும் போலத்தான் போரும் வியூகமும்.

ஒரு மொழியின் இலக்கணத்தை நன்றாகக் புரிந்து கொண்டவன், சூழ்நிலைக்கேற்றாற்போல் வார்த்தைகளை உபயோகித்து நினைத்ததை சாதிப்பான்.

போரின் யுக்திகளில் தேர்ந்தவன், எந்த நேரத்தில் எந்த சூழ்நிலையில் எவ்வித தந்திரங்களையும் நகர்வுகளையும் உபயோகித்தால் வெற்றி கிட்டும் என்பதை அறிவான்.

சந்தைப்படுத்துவதில், தகவல் பரிமாற்றம் முக்கியப் பங்கு வகிக்கும் இன்றைய கால கட்டத்தில்,

யார், என்ன, எப்போது, ஏன், என்பதை வரையறுக்கும் இலக்கணம் தான் வியூகம்!

* * *

மூவேந்தர்: பயனீட்டும் போட்டிகளை தேர்ந்தெடுத்து உன் திறமைகளை கட்டவிழ்த்து விடு!

அனு: *அப்பொழுது நான் தினமும் போராடிக்கொண்டே தான் இருக்க வேண்டுமா?*

ஜே கே: *கண்டிப்பாக. ஆனால் அவசியமான சண்டைகளை மட்டும் தேர்ந்தேடுத்து உன் திறமையை உபயோகிக்கவும். உன் செயல்பாடுகளுக்கு ஏற்ற பலன் கிட்டாது என தெரிந்தால் அச்செயலை தவிர்த்து விடுவதே சிறந்தது. சொற்ப பயனுக்காக செயலாற்றுவது அர்த்தமற்றதாகும்.*

கோகுல்: *எத்தனை விதமான சூழல்களுக்கு நான் என்னை தயார்படுத்திக்கொள்ள வேண்டும்? நான் யாரைத் தாக்குவது அல்லது யாரிடமிருந்து என்னை தற்காத்துக் கொள்ளவது?*

ஜே கே: *சர்ப் என்கிற வணிகப் பெயரில் விற்கப்படும் சலவைத் தூளை, பல விதமான வேறுபாடுகளுடன் அந்நிறுவனம் விற்பனை செய்வதை நீ கவனித்து இருக்கிறாயா? வெவ்வேறு நுகர்வோர் பிரிவின் தனிப்பட்ட தேவைகளை நிவர்த்தி செய்யவே அவர்கள் அவ்வாறு வேறுபடுத்தி விற்பனை செய்கிறார்கள். அடிப்படைத் தயாரிப்பான சலவைத் தூள் ஒன்று தான். ஆனால், அதில் மாறுபாடுகள் செய்து, ஒவ்வொன்றையும் தனித்துவமிக்க பொருட்களாக விற்கலாம். எதிர்பார்த்த மற்றும் சில எதிர்பாரா சூழ்நிலைகளுக்கு அவர்கள் தங்களை தயாராகிக்கொண்டார்கள். அப்படி இருந்தும், தனிப்பட்ட ஒரு நபரால் நிர்வகிக்கப்பட்ட சிறிய நிறுவனமான நிர்மா, சர்பை சிறிது காலத்திற்குப் பின்தள்ளி முன்னேறவில்லையா?*

அனைத்து விதமான சூழல்களையும் எதிர்கொள்ள ஆயத்தமாக இருங்கள். முக்கியமாக யாரெல்லாம் உங்களை தாக்க மாட்டார்கள் அல்லது தாக்கத் திராணியற்றவர்கள் என்று நீங்கள் நினைக்கிறீர்களோ, அத்தகையோரின் தாக்குதலுக்குத் தயாராக இருங்கள். அதுவும் நீங்கள் சற்றும் எதிர்பாரா தருணங்களில்.

ராதா: *நெட்பிலிக்ஸ் நிறுவனம், அதன் வலைதளத்தின் தோற்றம் மற்றும் உணர்வு சார்ந்த விஷயங்களை எப்போதும் சோதித்துக்கொண்டே இருக்கும் என படித்திருக்கிறேன். இரு வேறு மாறுபாடுகளில் எது சிறந்த வரவேற்பை ஈட்டும் என எப்பொழுதும் பரிசீலனை செய்து கொண்டே இருப்பார்களாம். இது ஒரு தாக்குதலுக்கான ஆயத்தப் பயிற்சி அல்லவா?*

ஜே கே: இருக்கக் கூடும். இல்லையென்றால், மாறிக் கொண்டே இருக்கும் வாடிக்கையாளர்களின் மனநிலைக்கும் விருப்பங்களுக்கும் ஈடு கொடுக்கும் முயற்சியாகவும் இருக்கலாம்.

இந்தச் சூழலில் சேத் கோடின் என்னிடம் கூறிய ஒரு சுவாரஸ்யமான கதையை உங்களோடு பகிர்கிறேன்.

கூகுள், தேடு பொறி மேம்படுத்தப்படுதல் *(search engine optimization)* எல்லாம் புழக்கத்திற்கு வருமுன், சேத் கோடின் ஒரு தொழில் முனைவோராக இருந்த நேரத்தில், போட்டியாளர்கள் அவரை சதா கவனித்திக் கொண்டே இருப்பதை இவர் உணர்ந்தார். நோட்டம் விடுவதோடு நிறுத்தாமல் போட்டியாளர்கள் இவரின் செயல்பாடுகளையும் பின்பற்றத் தொடங்கினார்கள். வலைதளத்தில் இவரின் மேம்பாடுகள், புதிய வெளியீடுகள் போன்ற அனைத்தையும் கவனித்து உடனுக்குடன் அவர்களின் வலைத்தளத்திலும் அதே மாற்றங்களை பிரதிபலித்தார்கள் – தீர்வுகள், வழக்கு நுட்ப பயன்பாடுகள் *(use case techiques)* கணினி மொழி என எதையும் அவர்கள் விட்டு வைக்க வில்லை.

போட்டியாளர்களின் எல்லை மீறலுக்கு வரைமுறை இல்லாமல் போனது. வலைதளத்தை பார்வையாளர்கள் கவரும் வண்ணம் வடிவமைத்து, அதன் மூலம் புதிய வாடிக்கையாளர்களை பெற்று வந்ததால், அவரால் எதையும் மறைக்கவும் முடியவில்லை. அவரும் அவரது குழுவினரும் இதைச் சவாலை எப்படித்தான் சமாளிப்பது? என யோசித்தனர்.

அவர்கள் போட்டியாளர்களை திசை திருப்ப முடிவு செய்தனர். பல வேடிக்கையான, வழக்கத்திற்கு மாறான அம்சங்களையும், முயற்சிகளையும் மேற்கொள்ளப்போவதாக வலைதளத்தில் பதிவிட்டனர். அவசியமான ஆனால் கற்பனையில் மட்டுமே சாத்தியப்படும் திட்டங்களை தீட்டினார்கள்.

இதை எல்லாம் படித்த போட்டியாளர்கள் அந்த அம்சங்களையும், முயற்சிகளையும், தங்கள் நிறுவனங்களில் நடைமுறைப்படுத்த இரவும் பகலும் அயராது உழைத்தார்கள்.

இவை அனைத்தும் பரபரப்பாக ஒரு புறம் நிகழ்ந்து கொண்டிருக்க, மறுபுறம் சேத்தும் அவரது குழுவினரும் வேறொரு வலைத்தளத்தை ஓசை படாமல் வடவமைத்தார்கள். அதை அவர்களின் நிகழ்கால மற்றும்

வருங்கால வாடிக்கையாளர்களுக்கு மட்டும் காண்பித்தார்கள். இது ஒரு தற்காலிக முயற்சி தான் என்றாலும், சுய சிந்தனை இல்லாத, தொல்லை தரும் போட்டியாளர்களை திசை திருப்ப இது பேருதவியாக இருந்தது!

ஒரு வலைத்தளத்தை உருவாக்குவதென்பது எளிதான காரியமே. ஆனால் ஒரே நேரத்தில் இரண்டு வலைத்தளங்களை உருவாக்குவதற்கு நிறைய திட்டமிடலும், வேலையை கையாளும் திறமையும் வேண்டும். மேலும் இம்முயற்சி சேத்திற்கு சாதகமாகவோ பாதகமாகவோ முடியலாம். அதனால் தொடர் கண்காணிப்போடு இந்த முயற்சியை ரகசியமாகவும் முடிக்க அவர் பாடுபட்டார். முடிவில் அவரும் அவரது குழுவினரும் தொடங்கிய முயற்சியை வெற்றிகரமாக நிறைவேற்றினர்.

ஆதலால் எப்பொழுதும் நகர்வதற்குத் தயாராக இருத்தல் வேண்டும். தண்ணீரைப் போல, நிலவும் சூழலுக்கு ஏற்ப சடுதியில் மாறும் திறன் வேண்டும். மலை, பள்ளத்தாக்கு, சமவெளி என அனைத்தையும் கடக்கும் ஆற்றைப் போல நீயும் அனைத்தையும் எதிர்கொண்டு ஓடிக்கொண்டே இருக்க வேண்டும். வெப்பத்தையும் அழுத்தத்தையும் தாங்கும் நீராவியைப்போலவும், குளிர்ந்த கடினமான பனிக்கட்டியைப் போலவும் இருப்பதற்கு பழகிக் கொள்ள வேண்டும்.

MARKETING CASE IN POINT

நெட்ப்க்ளிஸ் நிறுவனம், தனது கிளையை இந்தியாவில் துவக்கிய போது, இணையதளத்தின் மூலம் பொழுதுபோக்கு நிகழ்ச்சிகளை வழங்கும் சேவையில் முதலிடத்தை பிடிப்பதே அதன் இலக்காக இருந்தது.

ஓடிடி என்கிற போக்கு தோன்றி, அனைவராலும் அறியப்படும் நேரத்தில், நெட்ப்லிக்ஸ் இணையதளத்தின் மூலம் திரைப்படங்களையும் நெடுந்தொடர்களையும் ஒளிபரப்பும் இந்தியாவின் முதன்மையான நிறுவனமாக இருக்க விருப்பியது. அதிக இந்தியர்களை வாடிக்கையாளர்களாகவும், அனைவராலும் அறியப்படும் ஒரு இணைய தளமாகவும் திகழ அந்நிறுவனம் விரும்பியது.

ஒவ்வொரு பார்வையாளர் பிரிவிற்கும் ஏற்றவாறு பலவிதமான யுக்திகளைப் பயன்படுத்தினார்கள். பார்வையாளர்களைக் கவர அவர்கள் சேவையை இலவசமாக இரண்டு நாட்கள் வழங்கினார்கள். உணவு விநியோக தளமான ஸ்விக்கி மூலம் சிற்றுண்டியை பெறுவதற்கு வாடிக்கையாளர்கள் காத்திருக்கும் நேரம், திரைப்படங்களின் சுவாரசியமான சில காட்சிகளை திரையிட நூதனமான கூட்டாண்மைகளை நெட்ப்லிக்ஸ் நிறுவனம் உருவாக்கியது. மேலும் இந்திய மொழிகளில் உருவாக்கப்பட்ட நிகழ்ச்சிகளை தனது இணையதளத்தில் ஒளிபரப்ப தேவையான முதலீட்டையும் முயற்சிகளையும் மேற்கொண்டது. இதனால் இந்நிறுவனத்தால் அனைத்து மாநிலங்களிலும் குறிப்பிடத்தக்க பார்வையாளர்களை சந்தாதாரர்களாக மாற்ற முடிந்தது.

இப்படியாக அவர்களின் அனைத்து முயற்சிகளும் வேண்டிய பலன்களை அவர்களுக்கு அளித்தன. இதனால் நிறுவனம் அதன் சந்தைப் பங்கை கிடுகிடுவென அதிகரித்து முதல் மூன்று முன்னணி நிறுவனங்களுள் ஒன்றாக மாறியது. இவை அனைத்தும் ஒரு புறம் இருக்க, தனது சமயோஜிதமான மற்றும் நகைச்சுவையான சமூக வலைதள உரையாடல்கள் மூலம் புது யுக இளைஞர்களை பெருதும் கவர்ந்து, அவர்களிடையே அமோக வரவேற்பை பெற்று, அவர்களை தனது ரசிகர்களாக மாற்றியது இந்நிறுவனம்.

பிரிவு 2

மாற்றுப்பழி

அத்தியாயம் 8

புயலுக்குப் பின்னே அமைதி

"போருக்குத் தயாராகுங்கள்!"

வெற்றி வாகை சூடி, மூன்றாம் ராஜராஜன் மீண்டும் மன்னராக உறையூருக்குத் திரும்பினான். தனது தந்தை மூன்றாம் குலோத்துங்க சோழன் அரசராக இருந்தபோதுதான் அவன் கடைசியாக நகரத்திற்கு வந்திருந்தான். இப்போது நிறையவே மாறி இருந்தது.

கடந்த இரண்டு ஆண்டுகளில் ராஜராஜன் அதிக வலிமையையும் முதிர்ச்சியையும் பெற்றிருந்தான். மேலும், வாழ்க்கைத் துணையாக சுகந்தியையும், வழிகாட்டியாக அகத்தியனையும், படை வீரர்களின் அன்பையும் பெற்றிருந்தான்.

இப்பொழுது வேறு ஒரு வித்தியாசமான சாவல் ஒன்று ராஜராஜனுக்கு காத்திருந்தது. போருக்கு பின் நிலவும் அமைதிக்குப் பழகி, நல்லாட்சி புரிந்து மக்களின் அன்பையும் மதிப்பையும் பெற வேண்டும்.

அமைதியான நாட்டினை ஆள, போரின் யுக்திகள் பயன்படுமா? அதற்கான விடையை அவன் விரைவிலேயே தெரிந்து கொள்ள இருந்தான்.

மூன்றாம் ராஜராஜ சோழனின் முடிசூட்டு விழா பிரமாண்டமாக நடந்தேறியது. மக்களும் விழாவை மகிழ்ச்சியோடு கொண்டாடினார்கள். அண்டை நாட்டு அரசர்களும் இளவரசர்களும் பரிசுப் பொருட்களோடும், நட்பு மற்றும் கூட்டணி உறுதிமொழிகளோடும் வந்து வாழ்த்தினர்.

புதிதாக பதவியேற்ற மன்னர், நாட்டை ஆள்வதிலும், அரசு பணிகளிலும் கவனம் செலுத்தத் தொடங்கினார். வருவாய், பொருட்கள் விநியோகம், மற்றும் அரசனின் பார்வைக்கு வரும் பிரச்சனைகளுக்கு அதிக முக்கியத்துவம் கொடுத்தார். இவை அனைத்தும் வெவ்வேறு கோணத்தில் அணுக வேண்டிய புதுவித பிரச்சனைகளாக இருந்தன.

அதற்கான தீர்வுகள் மன்னனுக்கு மட்டுமல்லாது, பார்ப்போருக்கும் நியாயமானதாக தோன்ற வேண்டிய ஒரு கட்டாயம் இருந்தது. ஒரு மன்னனின் பெயரும் புகழும், மக்கள் அவர் மீது வைத்திருக்கும் மதிப்பும் மரியாதையும் சார்ந்தது தானே.

இரண்டு வருடங்களை போர்க்களத்தில் கழித்த ராஜராஜனின் வீரர்களுக்கு, இயல்பு வாழ்க்கை மறந்து விட்டிருந்தது. மது அருந்திவிட்டு மற்றவர்களை வம்புக்கிழுப்பது, குடும்பத்தினரோடு சண்டையிடுவது போன்றவைகள் வழக்கமாகிக் கொண்டிருந்தது. சில காலம் முன்பு வரை மதிப்போடும் பெருமிதத்தோடும் பார்க்கப்பட்ட வீரர்கள், இப்பொழுது அவமதிக்கப்படும் நிலையில் இருந்தனர். புகழின் உச்சியிலிருந்து இழிவை நோக்கி அதி வேகமாக அவர்கள் பயணித்துக் கொண்டிருந்தார்கள். இந்த செய்தி ராஜராஜனின் கவனத்திற்கு வரவும், பிரச்சனையின் மூலக்கரு எதுவாக இருக்கும் என சிந்திக்கலானான்.

தீர்வு கிட்டாததால் அகத்தியனின் உதவியை நாடினான் ராஜராஜன். ஹொய்சால மன்னனான மூன்றாம் நரசிம்மன், போரில், ராஜராஜனின் உதவிக்காக அகத்தியனை அனுப்பி வைத்திருந்தார். அதனால் போர் முடிந்ததும் ராஜராஜன் பல முறை வேண்டியும், அகத்தியன் ஹொய்சால நாட்டிற்கு விடை பெற்றுச் சென்றார். ஆனால் இப்பொழுது ராஜராஜனின் அவசர கோரிக்கையை ஏற்று மன்னருக்கு நல்வழி காட்ட வந்திருந்தார் அகத்தியன்.

ஒரு வாரம் முழுதும் ராஜ்ஜியத்தை நடந்தே சென்று பார்வையிட்டார் அகத்தியன். நடப்பதை எல்லாம் கவனித்து, அதை மனக் குறிப்பாக நினைவில் வைத்துக் கொண்டார். சில வீரர்கள் அவரை அடையாளம் கண்டு கொண்டு, நலம் விசாரித்து, மரியாதை நிமித்தம் சிறிது நேரம் பேசி விட்டுச் சென்றார்கள். உண்மை நிலவரத்தை கண்டறிய சில கிராமங்களில் ஒரு சில இரவுகளைக் கூட கழித்தார். தேசத்தின் நிலை, மக்களின் பிரச்சனைகள், தனிப்பட்ட கவலைகள் என அனைத்து வித தகவல்களையும் நேரடியாகத் திரட்ட மக்களோடு மக்களாக தீ மூட்டி குளிர்காய்ந்தபடி பல இரவுகளைக் கழித்தார்.

ராஜராஜனின் அரண்மனைக்கு திரும்பியவுடன் அகத்தியன் மன்னரிடம் கூறிய முதல் அறிவுரை:

"போருக்குத் தயாராகுங்கள்!"

“ஏன்? ஒரு பெரிய போரை வென்று நமது ராஜ்ஜியத்திற்கு நாம் மீண்டும் வந்து இன்னும் ஒரு வருடம் கூட நிறைவடையவில்லையே!” என்றார் ராஜராஜன்.

“ஆம். அவர்கள் மீண்டும் ஒரு போருக்குத் தயாராகத் தான் வேண்டும். ஆனால் இது வேறு விதமான போர். வீரர்களுக்கு நல்ல ஒழுக்கமும், ஒழுங்குமுறையும் வேண்டும். அவர்களின் ஆற்றலை பயன்படுத்த அவர்களை ஏதாவது வேலைகளில் ஈடுபடுத்திக் கொண்டே இருக்க வேண்டும். போர்க்களத்தில் அவர்களின் ஆற்றலையும் கோபத்தையும் எதிரியை வீழ்த்துவதில் காண்பித்தார்கள். அவர்கள் அனைவருக்கும் ஒரு பொதுவான இலக்கும் நோக்கமும் இருந்தது. அதை அடைவதற்கான வழிமுறைகளும் அவர்களுக்குத் தெரிந்து இருந்தது.

ஒவ்வொரு நாளும் கண்விழிக்கும் போதே, ஆற்ற வேண்டிய காரியங்கள் என்னென்ன, அதற்கு அவர்கள் எவ்வாறு நடந்து கொள்ள வேண்டும் என்பது எல்லாம் அவர்களுக்குத் தெளிவாக தெரிந்து இருந்தது. ஆனால் இப்பொழுது பொதுமக்களாக அவர்கள் வாழும் போது, ஆற்ற வேண்டிய வேலைகள் குறைவாகவும் நேரம் அதிகமாகவும் இருக்கிறது. வேலையில்லாத மனது சைத்தானின் உறைவிடம் ஆகிவிட்டது. சில வீரர்கள், மற்றவர்களை கிண்டல் செய்தும், தொல்லை கொடுத்தும் பொழுதை கழிக்கிறார்கள். இன்னும் சிலர் குடிப் பழக்கத்திற்கு அடிமையாகிக் கிடக்கிறார்கள். மேலும் சிலர் வெட்டியாக சுற்றித் திரிந்து கொண்டு இடுப்பின் சுற்றளவை அதிகரித்துக்கொண்டிருக்கிறார்கள். மொத்தத்தில், பொதுமக்களாக மாறிய பின், நம் வீரர்கள் நாட்டிற்கும் வீட்டிற்கும் பாரமாய் இருக்கிறார்கள்.

எனவே, அவர்களுக்கு நன்கு பரிச்சயமான செயல்களில் அவர்களின் ஆற்றலை செலுத்த நாம் இப்போது ஆவண செய்ய வேண்டும். ஆதலால் அவர்களை அடுத்த போருக்கு தயார்படுத்தும் முயற்சிகளை நாம் முடுக்கி விட்டு, அவர்களின் திறமைகளை மேம்படுத்துவோம்.”

வீரர்கள் முகாமிற்கு திரும்புமாறு உடனே அழைப்பு விடுக்கப்பட்டது. வந்தவர்களுக்கு விவரங்கள் ஏதும் கூறாமல், அவர்கள் தின்தோறும் செய்ய வேண்டிய வேலைகள் ஒரு அட்டவணையிடப்பட்டு கொடுக்கப்பட்டது. அட்டவணைப்படி அவர்கள் செயல்படுவதை மேலதிகாரிகள் உறுதிசெய்தார்கள். திரும்பி வந்த பெரும்பான்மையான வீரர்கள் போர்

கலைகளை மேம்படுத்தும் பயிற்சிகளில் முழுமனதோடு ஈடுபட்டார்கள். திரும்பி வர முடியாதவர்களையும், விருப்பமில்லாதவர்களையும் கண்டுபிடித்து, விவசாயம், தச்சு, தட்டான், ஆயுதம் தயாரித்தல் போன்ற கலைகளில் பயிற்சி அளித்து, அரசு அவர்களின் வாழ்வாதாரத்துக்கு வழி வகுத்தது. சிலர், ராஜ்ஜியத்தின் எல்லையைக் காக்கும் பணியிலும் சிறு கிளர்ச்சிகளை அடக்கும் பணியிலும் ஈடுபடுத்தப்பட்டார்கள். இன்னும் சிலர், ராஜ்யத்தின் தகுதிப்படைத்த திறமையான இளைஞர்களை அடையாளம் கண்டு ராணுவத்தில் சேர்த்து விடும் போர் சாரணர்களாக பணிபுரிந்தார்கள்.

மொத்தத்தில், அதிகாலை முதல் அந்திமாலை வரை வீரர்களை துடிப்புடன் செயல்பட வைத்து சோர்வடைய வைத்ததால், வேலை (அல்லது) பயிற்சி முடித்து வீடு செல்லும் வீரர்களுக்கு, மற்றவர்களை வம்புக்கிழுக்க நேரமோ ஆர்வமோ இல்லாது போனது. மேலும், வீரர்களின் மீது மதுவின் வாசம் வந்தால் கூட அவர்கள் மிகக் கடுமையாக தண்டிக்கப்பட்டார்கள்.

மேற்கூறிய அனைத்து நடவடிக்கைகளால், வீரர்கள் மத்தியில் நிலவிய ஒழுங்கீனம் சார்ந்த அனைத்து பிரச்சனைகளும் மூன்று மாதத்திற்குள் காணாமல் போனது.

வந்த வேலை நல்லபடியாக முடிந்ததால், அகத்தியன் ராஜராஜனிடம் விடைபெற்று ஹொய்சால நாட்டிற்குக் கிளம்பினார். ஆனால் கிளம்பும் முன், ஒரு முக்கிய அறிவுரையை கூறிவிட்டுச் சென்றார்.

“அமைதியான காலங்களில் போருக்குத் தயாராக இருங்கள். போரின் போது அமைதிப் பேச்சு வார்த்தைக்குத் தயாராக இருங்கள்.”

* * *

படிப்பினை

- உங்கள் குழுவினர் எப்போதும் ஒரு இலக்கினை நோக்கி பயணிப்பதை உறுதி செய்யுங்கள். அவர்கள் நோக்கம் ஏதும் இன்றி வேலை புரிவது உங்கள் தொழிலுக்கும், வளர்ச்சிக்கும் உகந்ததல்ல.

- நீங்கள் போர்க்கால அடிப்படையில் வேலை செய்யும் போது (ஒரு புதிய திட்டத்தை செயல்படுத்தும் பொழுதோ அல்லது முக்கிய பிரச்சாரத்த்தில் பங்கேற்கையிலோ), உங்கள் ஊழியர்கள், முழு கவனத்தோடும் முழு ஈடுபாட்டோடும் கொடுத்த காரியத்தை செய்து முடிப்பார்கள். ஆனால் வேளைப் பளு குறைவாக இருக்கும் நேரத்திலும், அவர்களின் ஆற்றலை நீங்கள் முறையாகப் பயன்படுத்தினால் வெற்றி உங்கள் வசப்படும்.

மூவேந்தர்: தசைகளின் வலிமையை சோதிக்கும் தொடர் ஓட்டம்

ராதா: ஜே கே, நாங்கள் ஓடிக்கொண்டே இருக்க வேண்டும் என்கிறீர்கள். ஆனால் தொடர்ந்து ஓடுவதால் ஏற்படும் களைப்பை நானும் எனது குழுவினரும் எவ்வாறு சமாளிப்பது?

கோகுல்: எனக்கும் அதே சந்தேகம் தான் ஜே கே!

ஜே கே: நீங்கள் தொடர் ஓட்டப் பந்தயங்களைப் பார்த்திருப்பீர்கள். அதில் ஒருவர் போட்டியைத் தொடங்குவார். குறிப்பிட்ட தூரம் ஓடிய பின், கையில் பிடித்திருக்கும் அந்த பிராம்பாலான கோலை காத்திருக்கும் அடுத்த போட்டியாளரிடம் கொடுப்பார். கடைசி ஓட்டப்பந்தய வீரர் முடிவுறும் எல்லைக் கோட்டினை தொடும் வரை, ஓட்டம் தொடரும். இந்த தொடர் பந்தயத்தில் கலந்து கொள்ளும் ஒவ்வொரு நபருக்கும் ஒரு பங்கு இருக்கிறது: தொடங்குபவர், நிலைநாட்டுபவர், மற்றும் முடித்து வைப்பவர். எந்த ஒரு குறிப்பிட்ட நிமிடத்திலும், ஒருவர் ஓடிக்கொண்டிருப்பார், இன்னொருவர் திட்டம் தீட்டுவார், மற்றவர்கள் பங்கேற்பாளர்களை ஆதரித்தும் ஊக்கமளித்தும் இருப்பார்.

குழுவினர் அனைவரும் தங்கள் ஆற்றலை ஒரே திசையில் செலுத்தும் போது, கொடுக்கப்பட்ட அந்த பொது இலக்கினை அடைய அனைவரும் முழு ஈடுபாட்டுடன் பாடுபடுவர்.

அனு: என்னைப் போன்ற தொடக்க நிலையில் உள்ள நிறுவனம் மற்றும் சற்றே வளர்ந்த நிலையில் இருக்கும் கோகுலின் நிறுவனம் போன்றவற்றோடு இத்தகைய தொடர் பந்தயங்களை ஒப்பிட்டு புரிந்துகொள்ள எனக்குத் தெரியவில்லை.

ஜே கே: மேற்கூறிய கதையில் நாம் பார்த்ததைப் போல, அமைதியான காலங்களில் போருக்கும், போரின் போது சமாதானத்திற்கும் தயாராக இருக்க வேண்டும்.

ஒரு மாநிலத்தில் நீங்கள் உங்கள் நிறுவனத்தை நிலைநாட்ட போராடும் அதே நேரத்தில் மற்றோரு மாநிலத்தில் உங்கள் சந்தைப் பங்கை தற்காத்துக் கொள்ளும் போரில் ஈடுபடலாம். ஒரு போரில் வெற்றி பெற்று விட்டோம் என நீங்கள் ஓய்வெடுக்க முயன்றால் பின்னாலேயே தோல்வியும் வந்து உங்களுடன் உறைவிடம் புகுந்து கொள்ளும். சில நேரங்களில், ஒரு தேசத்தில் நீங்கள் கொந்தளிக்கும் கடலில் துடுப்பில்லாத படகில், கரை

சேர போராடினாலும் மற்றோரு தேசத்தில் அமைதியான நதியில் அழகிய படகில் சவாரி செய்துகொண்டிருக்கலாம்.

உங்கள் தொழில் சீராக சென்று கொண்டிருக்கும் போது அசம்பாவிதங்களை எதிர்கொள்ளத் திட்டமிடுங்கள். வேண்டிய அளவு வாடிக்கையாளர்களை கை வசம் வைத்திருந்தாலும், பழைய மற்றும் புதிய போட்டியாளர்களிடம் இருந்து வரும் ஏவுகணைகளை சந்திக்கவும், எதிர் தாக்குதலுக்கு தயாராகவும் இருங்கள். நீங்கள் ஒரு இலக்கை அடைய வேண்டி புரியும் அனைத்து செயல்களுக்கும் போட்டியாளர்களிடம் இருந்து இணையான எதிர்ச் செயல்களை சந்திக்க தயாராக இருங்கள்.

இதை இன்னும் நன்றாகப் புரிந்து கொள்ள ஒரு உதாரணத்தோடு விளக்குகிறேன். விற்பனைப் பிரதிநிதிகளுக்கு, அவர்கள் வேலையை செம்மையாகச் செய்ய நிறைய பயிற்சிகள் அளிக்கப்படுகிறது. ஒரு முறை அவர்களுக்குப் பயிற்சி அளித்து விட்டு விற்பனை மட்டும் குறையாமல் அதிகரித்துக் கொண்டே இருக்க வேண்டும் என எதிர்பார்க்கிறோம். வியாபாரச் சூழல் மாறிக்கொண்டே இருப்பதால், அதற்கேற்றாற் போல் மாறிக்கொள்ள விற்பனை பிரதிநிதிகளுக்கும் பயிற்சிகள் வழங்கப்படவேண்டும். பயிற்றுவிக்கும் முறையை மாற்றலாம். ஆனால் பயிற்றுவித்தலுக்கான திட்டமிடலும் நம் முயற்சியும் மாறவே கூடாது. சுயமாக வேலை செய்பவர்களை மெதுவாக தட்டிக் கொடுத்தும், கடுகளவு சாதித்து விட்டு மலை அளவு ஓய்வு எடுப்பவர்களுக்கு பலமான அடியும் கொடுத்து வேலை செய்ய தூண்டி விட வேண்டும். யார் எப்படி இருந்தாலும் பயிற்சி மட்டும் தொடர்ந்து கொண்டே இருக்க வேண்டும். அனைத்து வேலைகளையும் அனைவரும் பகிர்ந்து செய்ய வேண்டிய காலகட்டத்தில் நாம் இருப்பதால் மேற்பார்வையாளர் துணை இல்லாமல் சுயமாக வேலை செய்யக் கூடிய நபர்கள் தான் காலத்திற்கு தேவை.

ஒரு குழு, அதன் பணியில் மூழ்கி இருக்கும் வேளையில், மற்ற குழுவினர் யுக்திகளை வடிவமைத்தல், திட்டமிடுதல், புது பொருட்களை (அல்லது) சேவைகளை வழங்குதல் போன்ற நடவடிக்கைகளில் தங்கள் கவனத்தை செலுத்த வேண்டும். ஒருவர் வேலை செய்யும் போது, மற்றவர்கள் வேடிக்கை பார்த்தபடி நின்று கொண்டோ ஓய்வு எடுத்துக் கொண்டோ இருக்கலாகாது. அனைவரும் கூட்டாக வேலை செய்ய பழகிக்கொண்டால் தான், வேளை வரும் போது அனைவரும் ஒருங்கிணைத்து செயல்பட முடியும்.

MARKETING CASE IN POINT

வணிகம் மற்றும் லாபத்தின் உச்சக்கட்டத்தில் இருந்த போதும் கூட, *3*எம் நிறுவனம், ஒவ்வொரு ஊழியரையும் தங்கள் பணி நேரத்தில் *20%* புதுமையான சிந்தனைகளிலும் செயல்களிலும் செலவிட ஊக்குவித்தது. புதிய தீர்வுகளையும், காப்புரிமை பெறக்கூடிய புதிய பொருட்களைக் கண்டுபிடிக்கவும் அவர்களை எப்போதும் தூண்டிக் கொண்டே இருந்தது. இதனால் வருடத்தின் அத்தனை நாட்களிலும் தனது ஊழியர்களின் பட்டைப்புத் திறன் உச்சத்திலேயே இருப்பதை உறுதி செய்தது *3* எம் நிறுவனம். சிந்திக்கவும் செயல்படவும் தேவையான சுதந்திரம் கிடைத்ததால், சுயமாக யோசிக்கவும் யோசனைகளை வணிகமயமாக்குவதிலும் அவர்கள் தீவிரமாக முயற்சி செய்தார்கள். இதனால் ஒவ்வொருவரும் ஊழியர்களாக இருந்தும். தொழில் முனைவோரைப் போல சிந்திக்கவும் செயல் படவும் தொடங்கினார்கள்.

இன்று நான் என்ன செய்வது*?* எதை சோதித்துப் பார்த்து வெற்றி தோல்வியை கணிப்பது*?* எந்த புதிய தயாரிப்பை ஆராய்ச்சி செய்து அதை நான் இன்னும் மேம்படுத்துவது*?* இப்படியாக, நிறுவனத்தில் பணிபுரியும் அனைவரும் கேட்டுக் கொண்டே இருந்ததால், அந்தச் சூழலில் எப்போதும் ஆற்றல் சக்தி நிரம்பி வழிந்தது.

இந்த சீரிய முயற்சியை தொடர்ந்து பல ஆண்டுகளாக செயல்படுத்தி வந்ததால், *3*எம் நிறுவனம் பல புது பொருட்களுக்கு காப்புரிமை பெற்று அவற்றை வெற்றிகரமாக விற்பனை செய்து தனது லாபத்தை பன்மடங்கு பெருக்கிக் கொண்டது.

அத்தியாயம் 9

காற்றின் திசை மாறினால் தீப்பொறியும் காட்டுத்தீயாகும்...

"நீ எப்போதும் பேராசை பிடித்த சுயநலவாதியாகத்தான் இருந்திருக்கிறாய்.

உன் ஆசை, உன் விருப்பம், உன் லட்சியம் இவை மட்டும் தான் உன் உலகமா?

இப்படி வாழ உனக்கு வெட்கமாக இல்லை!"

வீர சோமேஸ்வரன் ஹொய்சால ராஜ்ஜியத்தின் மன்னராக முடிசூட்டப்பட்டார். இதற்காக எத்தனை வருடங்கள் காத்திருக்க வேண்டி இருந்தது! தந்தையிடம் இருந்து ஆட்சிப் பொறுப்பைப் பெறவும், ராஜ்ஜியத்திற்கான தனது சொந்த திட்டங்களை செயல்படுத்தவும் அவன் நெடு நாட்களாகக் காத்திருந்தான். ஆனால் தந்தையான மூன்றாம் நரசிம்மனோ, சோமேஸ்வரனுக்கு ஆட்சிப் பொறுப்பை ஏற்கும் பக்குவம் வரவில்லை என காலம் தாழ்த்திக்கொண்டே இருந்தார். கடைசியில் வயோதிகத்தாலும், ஆரோக்கியம் குன்றியதாலும் மகனிடம் ஆட்சிப் பொறுப்பை ஒப்படைக்கும் கட்டாயத்திற்கு தள்ளப்பட்டார்.

நாட்டிற்கான வளச்சித் திட்டங்களில் இருவரின் கருத்தும் வேறுபட்டாலும் சோமேஸ்வரன் தன் தந்தைக்கு உரிய மரியாதையை கொடுக்கத் தவறியதேயில்லை. தந்தை, நட்புறவை பேணுவதிலும் கூட்டணி ஏற்படுத்துவதிலும் வெளிப்படுத்திய ஆர்வத்தை, நாட்டின் பாதுகாப்பை பலப்படுத்தும் முயற்சியில் காண்பிக்க வில்லை என்பது மகனின் கருத்தாக இருந்தது. மேலும் தந்தை ஏற்படுத்திய கூட்டணிகள் அனைத்தும் நம்பிக்கை அடிப்படையிலானவை என்றும் அதனால் நாட்டிற்கு பெரிதாக ஆதாயம் ஏதும் இல்லை எனவும் சோமேஸ்வரன் நினைத்தான். அதிக பலம் கொண்ட நாட்டிற்கு, கூட்டணியின் மூலம் பொன்னாகவோ பொருளாகவோ ஏதேனும் ஆதாயம் கிடைக்க வேண்டும்

என்று சோமேஸ்வரன் நம்பினான். ஹொய்சாலர்கள் தெற்கே உள்ள அண்டை நாடுகளுக்கு பல ஆண்டுகளாக உதவி வந்தாலும், அவர்கள் அனுப்பிய அன்பளிப்பையும் ஏற்காமல், கொடுத்த கபத்தையும் தள்ளுபடி செய்து விட்டார் மூன்றாம் நரசிம்மன். இதனால் ஹொய்சாலர்களின் பொருளாதாரம் நலிந்து கவலைக்கிடமாக இருந்தது.

அது மட்டுமல்லாமல், நெடுங்காலமாக, நரசிம்மன் தன் சாம்ராஜ்ஜியத்தின் தெற்குப் பகுதியையே அதிகமாக கவனித்து வந்ததால், வடக்கே இருந்த அண்டை நாடுகளின் துணிச்சல் அதிகமானது. துங்கபத்ரா நதியின் அக்கரையில் இருந்தவர்கள் அடிக்கடி ஹொய்சால எல்லைக்குள் வந்து பொது மக்கள் மீது தாக்குதல் நடத்தினார்கள்.

ஆதலால் சோமேஸ்வரன் பொறுப்பேற்றவுடன், நாட்டின் எல்லை பாதுகாப்பை பலப்படுத்தினான். எதிரிகளை வீழ்த்தி, தனது ஆணைகளுக்கு தலை வணங்கும் சிற்றரசர்களை நியமித்து அவர்களை கப்பம் கட்டச் செய்தான். இதனால் ஹொய்சால நாட்டின் எல்லை விரிவடைந்தது. நாட்டின் வருமானங்களான வரியும் கப்பமும் அதிகரித்ததால், சோமேஸ்வரனுக்கு மேலும் புதிய திட்டங்களை தீட்டும் தைரியமும் தன்னம்பிக்கையும் வந்தது. புதிதாக நியமிக்கப்பட்ட ஒரு மன்னனுக்கு தன் திறமையையும் தகுதியையும் மக்களிடம் நிரூபிக்கும் கடமை இருக்கிறது. சோமேஸ்வரன், மக்களுக்கு அதிக பொருள் உதவிகள் செய்து வரிகளைக் குறைத்து, மக்களின் நன்மதிப்பை சம்பாதித்தான்.

ஆனால் ஒரே ஒரு எண்ணம் மட்டும் செல்லரிப்பதைப் போல மனதை அரித்துக்கொண்டே இருந்தது. வடக்கே இருக்கும் நாடுகள் கப்பம் கட்டுவதைப்போல, தெற்கே இருக்கும் நாடுகள் ஏன் ஏதும் கொடுப்பதில்லை? ஹொய்சால நாட்டின் உதவியால் தன் ராஜ்ஜியத்தையே மீட்ட சோழ ராஜனும் ஏன் கப்பம் கொடுப்பதில்லை? சோழர்களின் கட்டுப்பாட்டில் இருக்கும் பாண்டிய மன்னர்களிடம் இருந்தும் ஏதும் வருவதில்லை. அத்தனை போர்களில் பங்கேற்றதனால், கிடைத்த செல்வங்களில் கண்டிப்பாக ஹொய்சாலர்களுக்கும் உரிமை உள்ளதே. ஆனால் இந்த எண்ணங்களை அவன் மனதோடு வைத்திருந்தான்.

அவனது தங்கையும், மூன்றாம் ராஜராஜனின் மனைவியுமான, சுகந்தி தனது மூன்றாவது பிரசவத்திற்காக ஹொய்சால நாட்டிற்கு வந்திருந்தாள். போர் யுக்திகளில் நன்கு தேர்ச்சி பெற்றிருந்த சுகந்தி, அரச விவகாரங்கள் அனைத்திலும் கூட ஆழ்ந்த ஈடுபாடு கொண்டிருந்தாள். ஹொய்சாலர்கள்

மற்றும் சோழர்களிடையே ஏற்பட்ட நட்புக் கூட்டாண்மையால் ராஜராஜனை மணந்த சுகந்தி, தற்போது சோழ நாட்டின் பட்டத்து இளவரசியாக திகழ்ந்தாள். நேரம் கூடும் போது அவளது மகன் சோழ நாட்டின் மன்னனாவான். சோழ மற்றும் ஹொய்சாளர்களின் ரத்தம் தான் என்றும் தொடர்ந்து அரசாளும். ஆனால் இந்த எண்ணத்தை அவள் தற்செயலாக சோமேஸ்வரனிடம் பகிர்ந்த போது, அவன் வேதனையுற்றான். அப்போது என் மகன் இந்த பகுதிகளை எல்லாம் ஒரு போதும் ஆளுவதிற்கில்லையா? தென்னகம் முழுவதற்கும் என் மகன் சக்கரவர்த்தியாக மாட்டானா என யோசிக்கலானான்.

சில நேரங்களில் சில உரையாடல்களால் தீப்பொறி பறக்கும். அந்த நேரத்தில் காற்றும் அடித்தால் அந்த சிறு தீப்பொறி காட்டுத்தீயாக மாறி அதன் பாதையில் இருக்கும் அனைத்தையும் சுட்டெரித்து விடும். சோமேஸ்வரனின் பொறாமைத் தீயும் நாளுக்கு நாள் கொழுந்து விட்டு எரியத் தொடங்கியது. “தென்னகத்து ராஜ்ஜியங்கள் அனைத்திற்கும் நான் சக்கரவர்தியாகி எனக்குப் பின் எனது மகனும் இந்த சாம்ராஜ்யத்தை ஆள வேண்டும்” என நினைக்கலானான். சோமேஸ்வரன் இதைப் பற்றி மந்திரிகளுடன் கலந்தாலோசிக்க அவர்களும் சோழர்கள் கப்பம் கட்டுவது முறை தான் என ஆமோதித்தார்கள். எப்படிப் பார்த்தாலும், ஹொய்சாலர்களின் உதவியால் தான், இழந்த தன் ராஜ்ஜியத்தை பாண்டியர்களிடம் இருந்து மீட்டெடுத்தான் ராஜராஜன். ஆதலால் சோழ நாடும் ஹொய்சால நாட்டின் ஒரு அங்கம் தான்.

சோமேஸ்வரன் தங்கையிடம் இதைப் பற்றி ஏதும் பேசாமல் இருந்தான். மாறாக, தனது நிலைப்பாட்டை ஒரு மடல் மூலம் தெளிவாக எடுத்துரைத்து, அதை ராஜராஜனுக்கு தூதுவன் மூலம் அனுப்பி வைத்தான். அந்த மடலில், ஹொய்சாலர்கள் செய்த உதவிகளை பட்டியலிட்டு அவைகள் இல்லாமல் ராஜராஜனால் இழந்த தன் நாட்டை மீட்டிருக்க முடியாது என்பதையும் குறிப்பிட்டு இருந்தான். கடைசியாக, அவன் கண்டிப்பாக ஹொய்சாலர்களுக்கு கப்பம் கட்ட வேண்டும் என முடித்திருந்தான்.

கடிதத்தை படித்து விட்டு யாரிடமும் எதுவும் பேசாமல் சிந்தனையில் ஆழ்ந்தான் ராஜராஜன்.

“என்னுடைய மனைவி சோமேஸ்வரனுடன் அங்குதான் தங்கி இருக்கிறாள். நாம் அனைவரும் இப்பொழுது ஒரே குடும்பம் என்றாகி விட்டோம். பின் எதற்காக சோமேஸ்வரன் இப்படி ஒரு கடிதத்தை எழுதி

இருக்கிறான்? அவன் மனதில் என்ன நினைத்துக்கொண்டிருக்கிறான்?” என ராஜராஜன் சிந்திக்கலானான். பிறகு நடந்தவைகளை எல்லாம் தனது மனைவிக்கு தெரியப்படுத்த ஒரு மடல் வரைந்தான். மேலும் இதைப்பற்றி சகோதரனிடம் பேசி விவரங்கள் திரட்டுமாறு கேட்டுக்கொண்டான்.

ராஜராஜனின் கடிதத்தை படித்தவுடன் சுகந்தி சினத்தின் உச்சிக்குச் சென்றாள். உடனே சோமேஸ்வரனின் அறைக்கு விரைந்தாள்.

“நீ எப்போதும் பேராசை பிடித்த சுயநலவாதியாகத்தான் இருந்திருக்கிறாய். உன் ஆசை, உன் விருப்பம், உன் லட்சியம் இவை மட்டும் தான் உன் உலகமா? இப்படி வாழ உனக்கு வெட்கமாக இல்லை!

சோழர்களும் இப்பொழுது நம் குடும்பத்தினர் தான் என்பதை நீ உணரவே இல்லையா? அது மட்டுமல்லாது நான் சோழ நாட்டின் பட்டது ராணி. உனக்கு என்ன ஆயிற்று? தந்தையிடம் பேசி விட்டுத்தான் இதையெல்லாம் செய்தாயா?”

சுகந்தி பேசி முடியும் வரை மௌனம் காத்த சோமேஸ்வரன், அவளைப் பார்த்து நிதானமாக பேசினான்.

“தென்னகத்து நாடுகள் அனைத்திற்கும் என் மகன் சக்கரவர்த்தியாவான். ஹொய்சாலர்களின் உதவியின்றி சோழர்களால் ஒன்றும் செய்ய முடியாது. அப்படியிருக்க மேற்கே உள்ள நாடுகள் கப்பம் செலுத்துவதைப் போல, தெற்கே உள்ள பிராந்தியங்களும் கப்பம் செலுத்தித்தானே ஆக வேண்டும்.”

உடன்பிறப்புகள் ஒருவரையொருவர் வெறித்துப் பார்த்தபடி நிற்க, அங்கு ஒரு பதட்டமான மௌனம் நிலவியது. சுகந்தி அவள் சகோதரனை நன்கு அறிவாள். அவன் ஏதேனும் தீர்மானித்து விட்டால் அவன் மனதை மாற்றுவது கடினம். ஆனால் தற்பொழுது சுகந்தி அவள் சகோதரனோடும் அவன் நாட்டு மக்களோடும் மோத வேண்டிய சூழல் ஏற்பட்டு விட்டது. ஆனால் அந்நாட்டு மக்கள் அவளின் பிரியத்திற்கும் உரியவர்கள் ஆயிற்றே! குடும்பம், மக்கள், விசுவாசம் என அனைத்தையும் சோதனைக்கு உட்படுத்தப்படும் நேரம் நெருங்கி விட்டது.

ஒரு புதிய மன்னன் அரியணையில் அமர்ந்தவுடன், அவனது லட்சிய வேட்டைகள் தொடங்கி விட்டன.

சுகந்தி, தான் இப்பொழுது சோழர்களுக்குத்தான் விசுவாசமாக நடந்து கொள்ள வேண்டும் என்பதை உணர்ந்தாள். அவள் இரு ராஜ்ஜியங்களையும் நன்கு அறிவாள். அதைவிட முக்கியமாக, அவள் சகோதரனை நன்றாக புரிந்து கொண்டிருந்தாள் - அவனது அடுத்த நகர்வு என்னவாக இருக்கும் என்பதை துல்லியமாக கணிக்கும் வரை. சோமேஸ்வரன் தனது படைத் தளபதிகளின் பலத்தை விட மந்திரி சபையின் நுண்ணறிவையே அதிகம் நம்பி இருந்தான் என்பதை சுகந்தியும் அறிந்திருந்தாள்.

கூட்டணி அரசியல் ஒரு பெரும் மாற்றத்தை எதிர் கொள்ளும் சூழலில் இருந்தது.

எரிமலையைப் போல மோதல்களும் வெடிக்கக் காத்திருந்தன.

அனைத்து நாடுகளிலும், போர் தனது தாண்டவத்தை ஆடித் தீர்க்க தயாராக இருந்தது.

* * *

படிப்பினை

தயாராக இரு.

எதிரி தாக்க மாட்டான் என்கிற எண்ணத்தை விடுத்து, அனைத்து வித தாக்குதலுக்கும் நாம் தயாராக இருப்பதே உசிதமான செயலாகும்

தாக்குதல் மற்றும் தற்காப்பு என இரண்டிற்கும் தயாராக இரு.

மூவேந்தர்: வியூகம்

ஜே கே: *ஒரு வியூகத்தை வடிவமைக்கும் போது கவனிக்க வேண்டிய முக்கியமான விஷயம் என்ன?*

அனு: என்ன செய்ய வேண்டும் என்பதை முடிவு செய்வது.

கோகுல்: எந்த நேரத்தில் என்ன செய்ய வேண்டும் என்பதை முடிவு செய்வதுதான் கடினம்.

ராதா: யாரோடு/யாருக்காக எந்த நேரத்தில் என்ன செய்ய வேண்டும் என்பதை முடிவு செய்வதுதான் கடினம்.

ஜே கே: *அனைத்தும் சரிதான். ஆனால் இதில் மிகவும் முக்கியமானது எது?*

மூன்று தலைமை நிர்வாக அதிகாரிகளும் அமைதி காத்தனர்.

ஜே கே: *உங்களை நீங்கள் எவ்வளவு நன்றாக அறிந்து வைத்திருக்கிறீர்கள்? உங்களின் பலம் என்ன பலவீனம் என்னென்ன?*

கோகுல்: என்ன ஜே கே. இது நாம் அனைவரும் அறிந்த அடிப்படை சூழ்நிலை (வலிமைகள், பலவீனங்கள், வாய்ப்புகள், மற்றும் அச்சுறுத்தல்கள்) பகுப்பாய்வு ஆயிற்றே!

ஜே கே: *சரியாகச் சொன்னாய். ஆனால் நீ உன்னை முன்னிலைப்படுத்தி இந்த பகுப்பாய்வை சமீபத்தில் அல்லது எப்பொழுதாவது ஒரு முறையேனும் செய்திருக்கிறாயா?*

கோகுல்: ம்ம்ம்... இல்லை.

ஜே கே: *உன் வியூகம் அகத்திலிருந்து வரவேண்டும்: உன்னையும் உனது நிறுவனத்தையும் நன்றாகப் புரிந்து கொண்ட பின் நீ வகுக்கும் வியூகம் சிறப்பான பலன்களை ஈட்டும். அதற்கு நாம் கண்டிப்பாக சூழ்நிலை பகுப்பாய்வை முடிக்க வேண்டும். ஆனால் நாம் அனைவரும் எப்படி செயல்படுகிறோம் என்பதை நீங்கள் நன்கறிவீர்கள். முதலில் நமது பலவீனத்தை அடையாளம் கண்டு கொண்டு, பிறகு எதிரியின் பலத்தோடு அவைகளை ஒப்பிட்டு, நம்மை நாமே தாழ்த்திக்கொள்கிறோம். மொத்தத்தில் நமது பலங்களையும் பலவீனங்களையும் மிகைப்படுத்தி நம்மை நாமே ஏமாற்றிக்கொள்கிறோம்!*

ஒரு முயலை ஒரு யானையோடு ஒப்பிடுவது எப்படி தவறாகுமோ, அதைப் போலவே நமது பலத்தை எதிரியின் பலவீனத்தோடும், நமது பலவீனத்த்தை எதிரியின் பலத்தோடும் ஒப்பிடுவது தவறாகும்.

வியூகம் என்பது, நமது இலக்கையும், அதை அடைவதில் ஏற்படும் சவால்களை சமாளிப்பதற்குமான ஒரு கருவியே ஆகும். திட்டம் மற்றும் செயலாற்றுதல் என இரண்டையும் உள்ளடக்கியதே வியூகம். ஒரு வியூகத்தை தேர்ந்தெடுக்கும் போது போட்டியாளர்களின் செயல்பாட்டை மட்டுமல்லாது அவர்களின் லட்சியங்களையும் கருத்தில் கொள்ள வேண்டும். காற்று திசை மாறி வீசுவதைப் போல, அவர்களின் லட்சியங்களும் மாறக் கூடும். இவை அனைத்தையும் நினைவில் கொண்ட படி தான் நமது சூழ்நிலை பகுப்பாய்வையும் வியூகம் தேர்ந்தெடுக்கும் முடிவையும் நாம் எடுக்க வேண்டும். நாம் தசை வலிமையின் முக்கியத்துவத்தைப் பற்றி பார்த்தோம் அல்லவா, அது இந்த திட்டமிடலுக்கும் பொருந்தும். இவை அனைத்தையும் தாண்டி நாம் எதிர்பார்த்திராத ஏதோ ஒன்று நடக்கலாம். ஆனால் முடிந்தவரை நாம் பல விதமான சூழலை யோசித்து, ஒவ்வொன்றிற்கும் மாற்றுத் திட்டத்தை தயாராக வைத்திருக்க வேண்டும்.

நாம் எப்போதும் பரபரப்பாக செயல்படுவதையே விரும்புவதால், ஒரு நல்ல வியூகத்தை வடிவமைக்கவோ தேர்ந்தெடுக்கவோ போதிய நேரத்தையும் முயற்சியையும் செலவிடுவதில்லை. முதலில் நாம் நம்மை நன்றாக உணர்ந்து இருக்க வேண்டும். பிறகு நமது போட்டியாளர்களை நன்கு புரிந்து கொண்டிருக்க வேண்டும்

பல நூற்றாண்டுகளுக்கு முன்னர் ட்ஸு சொன்னைதைப் போல,

நீ,

1. *உன்னையும், உன் எதிரிகளையும் நன்கு அறிந்திருந்தால், நூறு போர் புரிய நேர்ந்தாலும் அதன் முடிவுகளைப் பற்றி நீ பயப்படத் தேவை இல்லை.*

2. *உன்னை நன்கு அறிந்து, எதிரியைப் பற்றி ஏதும் தெரிந்து கொள்ளாமல் இருந்தால், ஒவ்வொரு வெற்றிக்குப் பின்னும் ஒரு பின்னடைவு காத்திருக்கும்.*

3. உன்னை பற்றியும் அறியாமல், எதிரியைப் பற்றியும் தெரிந்து கொள்ளாமல் இருந்தால், உன்னைப் புதைப்பதற்கான குழியை நீ உடனடியாக தோண்ட ஆரம்பித்து விடு.

அதனால் கோகுல், நாம் உடனேயே நமக்கான சூழ்நிலை பகுப்பாய்வை தொடங்கலாமா?

MARKETING CASE IN POINT

மாற்றத்தின் அறிகுறி, வீசும் தென்றலிலும் தென்பட்டது. இந்திய நுகர்வோரிடம் நொறுக்குத் தீனி உண்பதன் அபாயங்கள் குறித்த விழிப்புணர்வு நாளுக்கு நாள் அதிகரித்துக் கொண்டே இருந்தது. கேக், பிஸ்கெட் போன்ற மைதாவால் செய்த தின்பண்டங்களை விடுத்து ஆரோக்கியமான உணவுகளை புசிக்க வேண்டும் என்கிற எண்ணம் மேலோங்கத் துவங்கி இருந்தது. சிந்தனையில் ஏற்பட்ட இந்த மாற்றம் அப்போது தான் தொடங்கி இருந்தது என்றாலும், பிரிட்டானியா நிறுவனத்தின் முக்கிய தயாரிப்புகளின் விற்பனையையும், லாபத்தையும் பாதிக்கும் அளவிற்கு இந்த போக்கு வளர்ந்திருந்தது.

இந்த மாற்றத்தை தொடக்கத்திலேயே கவனித்து விட்ட பிரிட்டானியா நிறுவனம், மைதா இல்லாத பிஸ்கட்களை தயாரித்து, அதை ஒரு ஆரோக்கிய உணவாக தீவிரமாக விளம்பரப்படுத்தவும் செய்தது. நியூட்ரி சாய்ஸ் என பெயரிட்டு சர்க்கரை இல்லாதது, நார்ச்சத்து நிறைந்தது, செரிமானித்திற்கு எளிதானது என பல மாறுபாடுகள் கொண்ட பிசுக்கோத்துகள் தயாரித்து விற்பனை செய்தது.

இந்த புது முயற்சியால் இரண்டு வகையான நன்மைகளை பிரிட்டானியா நிறுவனம் அனுபவித்தது. தற்போதைய வாடிக்கையாளர்களை தக்க வைத்துக்கொண்டதோடில்லாமல், போட்டியாளர்களின் வாடிக்கையாளர்களையும் தன் பால் ஈர்த்தது.

அத்தியாயம் 10

நெடுங்கால வளர்ச்சிக்கு நிகழ்கால கூட்டாண்மைகள்

சோமேஸ்வரனும் விவரம் ஏதும் அறியா பாலகன் அல்ல. தன்னை தகுதியானவன் என்று நிரூபித்த பின்னரே அவனுக்கு கிடைக்க வேண்டியதெல்லாம் கிட்டியது. அவன் தங்கை கோபத்தோடு வெளியேறும் போதே, அவளின் எண்ண ஓட்டத்தை அவனால் நன்றாக யூகிக்க முடிந்தது. ஒரே மரத்தின் கனிகளானதால், உடன்பிறப்புகள் இருவரும் புத்திசாலித்தனத்திலும் பிடிவாதத்திலும் ஒருவர் மற்றவருக்கு சளைத்தவர் இல்லை என்பதை பல முறை நிரூபித்து இருந்தனர். லட்சியங்களிலும் இருவரும் ஒரே மாதிரி இருந்ததுதான் பிரச்சனையே...

குடும்பம் இப்படி பிளவு பட்டு நிற்கும் ஒரு நாள் வரும் என்பதை அவன் முன்பே அறிந்திருந்தான். தன் செய்கைகளின் பின்னால் இருக்கும் நியாயத்தை தந்தைக்கு புரிய வைக்க வேண்டும் என்பதையும் அவன் உணர்ந்திருந்தான். அவன் தந்தை, அவனிடம் ஆட்சிப் பொறுப்பை ஒப்படைத்த பின் தலையிடாததை நினைத்து அவனும் சற்றே அமைதியுற்றான். சோமேஸ்வரனின் சுயம் எவ்விதத்திலும் பாதிப்படையா வண்ணம் நரசிம்மன் நடந்து கொண்டார். அவனது விருப்பம் போல ஆட்சி புரியவும், ஆணைகள் பிறப்பிக்கவும் அனுமதித்தார். ஒரு வேளை, தன் மகன் தென்னகத்திற்கு பேரரசன் ஆகி, ஆட்சி புரியும் நாள் வந்தால், தானும் தன் தந்தையைப்போலவே நடந்து கொள்ள வேண்டும் என சோமேஸ்வரன் நினைத்துக் கொண்டான்.

சோமேஸ்வரனின் படை, அவனது ஆணைக்காக காத்திருந்தது. நெடுங்காலமாக படைத் தளபதியாக பணியாற்றி வந்த அகத்தியன் தற்போது ஓய்வுபெற்றிருந்தார். அவர்தான் சோமேஸ்வரனுக்கும், இப்பொழுது அவனது பரம எதிரியாக மாறி இருந்த மூன்றாம் ராஜராஜனுக்கும் பயிற்சியளித்தவர். இரு சமமான திறமையாளர்களுக்கு இடையே நடக்கும் இந்தப் போரில், தன்னுடைய வெற்றி

வாய்ப்புகளை எவ்வாறெல்லாம் அதிகரிக்கலாம் என சோமேஸ்வரன் யோசிக்கலானான்.

தனது அமைச்சரவையையும், போர் தளபதிகளையும் அழைத்தான் சோமேஸ்வரன். ஆணைகளை தெளிவாக எடுத்துரைத்தான்.

"தென்னகம் முழுவதும் நமது ஆட்சிக்கு உட்பட்டு இருக்க வேண்டும். அனைத்து பிரதேசங்களும் நமதாக வேண்டும். அடுத்த மூன்று ஆண்டுகளுக்குள் இதை நாம் முடிக்க வேண்டும். அதற்கு நாம் என்ன செய்ய வேண்டும்? அனைத்து விதமான சாத்தியக்கூறுகளுக்கும் திட்டமிட்டு தயாராகுங்கள்."

அடுத்த பத்து நாட்களுக்கு, அனைத்து அமைச்சர்களும் ஒன்று கூடி ஆலோசித்தார்கள். அண்டை நாடுகள், அவர்களின் விசுவாசங்கள், முக்கியமாக அவர்களின் தேவைகள் மற்றும் விருப்பங்கள் என அனைத்தையும் பட்டியலிட்டு ஒரு வரைபடத்தை அமைச்சர்கள் உருவாக்கினார்கள். அவர்களின் பயம் மற்றும் கவலைகளையும் பட்டயலிட்டு அவற்றை எவ்வாறு அணுகினால் அவர்கள் தங்களுடன் போர் புரிய துணையாக வருவார்கள் என ஆராய்ந்தார்கள். பல சூழல்களையும், சாத்தியக்கூறுகளையும் பட்டியலிட்டு ஆலோசித்து தீர்த்தார்கள்.

ஒரு திட்டம் தோற்றால், அச்சிக்கலில் இருந்து மீள, மாற்றுத் திட்டங்களையும் அவர்கள் தீட்டினார்கள். அகத்தியனிடம் இருந்து அவர்கள் கற்ற முக்கியமான பாடங்களில் இதுவும் ஒன்று. படைத் தளபதி பதவியில் இருந்து அவர் ஓய்வு பெற்றிருந்தாலும், அவர் அளித்த பயிற்சியின் மூலம் அழியா முத்திரையை பதித்து விட்டுத் தான் சென்றிருந்தார்.

சோமேஸ்வரன் தயாராக இருந்தான். நாட்டின் அனைத்து பகுதிகளுக்கும் ஒற்றர்களை அனுப்பி நாட்டின் உண்மை நிலவரங்களை கண்டறிந்து வருமாறு பணித்தான். அவர்கள் கூறிய கருத்துக்களை ஏற்று தகுந்த வியூகங்களை தேர்ந்தெடுத்தான். பிறகு சுந்தர பாண்டியனின் மகனான மாறவர்மன் இரண்டாம் சுந்தர பாண்டியனுக்கு தன்னை வந்து சந்திக்குமாறு தூது அனுப்பினான். தனது சகோதரியின் கணவனான மூன்றாம் ராஜராஜன் தான் சுந்தர பாண்டியனை போரில் வீழ்த்தி இருந்தான்.

சோமேஸ்வரனின் கடிதத்தை கண்டவுடன் குழம்பிப் போனான் மாறவர்மன். சோமேஸ்வரனின் தந்தை சோழர்களுக்கு கொடுத்த ஆதரவால் தான் ராஜராஜன், மாறவர்மனின் தந்தையை கொன்று, பாண்டியர்களை தோற்கடித்தான். ஆனால் தற்போது அவரது மகனான சோமேஸ்வரன், மாறவர்மனை சந்திக்க விரும்பினான். ஏன்? எதற்காக?

அச்சமயத்தில், ராஜ்ஜியம் ஏதும் இல்லாததால், தனது ஆலோசர்களிடம் கலந்து பேசிய பின்னர், சோமேஸ்வரனை சந்திக்க பயணிப்பது என முடிவு செய்தான் மாறவர்மன். அதற்கு ஆர்வம் நிச்சயமாக ஒரு குறிப்பிடத்தக்க உந்து சக்தியாக திகழ்ந்தது எனலாம்.

சோமேஸ்வரனின் அரண்மனையை அடைந்ததும், மாறவர்மன் வரவேற்பறைக்கு அழைத்துச் செல்லப்பட்டான். அங்கே சம நிலையில் இரு அலங்கரிக்கப்பட்ட இருக்கைகள் போட்டிருப்பதை கவனித்தான். வார்த்தைகள் அற்ற மௌனத்திலும் வேண்டியதை எடுத்துரைக்கலாம் என்பதை மாறவர்மன் உணர்ந்தான். சமத்துவம். மரியாதை. இணக்கம். இருக்கைகளைக் கண்டதும் மாறவர்மனுக்குள் ஏற்பட்ட உணர்வுகள் இவைதான்.

சோமேஸ்வரன் அவனை அன்புடன் வரவேற்று இருக்கையில் அமரச் செய்தான். பின்னர் அவனிடம்

"உன் ராஜ்ஜியத்தை திரும்பிப் பெற நீ விரும்புகிறாயா? நீ இழந்த நாட்டில் மீண்டும் பாண்டியர்களின் ஆட்சி மலர வேண்டும் என நீ நினைக்கிறாயா?"

சுற்றி வளைத்துப் பேசாமல் எடுத்தவுடன் கேள்விக் கணைகளை தொடுத்த சோமேஸ்வரனைக் கண்டு, ஒரு பதற்றமான புன்னகையை உதிர்த்தான் மாறவர்மன். ஆனால் ஹொய்சால மன்னனின் தீவிர முக பாவனையைக் கண்ட மாறவர்மன், சோமேஸ்வரன் உண்மையாகவும் தெளிவாகவும் தான் பேசுகிறான் என்பதை உணர்ந்தான்.

"ஆம், கண்டிப்பாக."

"உன் நாட்டை மீட்க, நீ போருக்குச் செல்லவும் தயாராக இருக்கிறாயா?"

"நிச்சயமாக."

"உன் வம்சத்தையும், உன் குலப் பெருமையையும் மீண்டும் நிலை நாட்ட நீ எதையும் செய்வாயா?"

“கண்டிப்பாக.”

“அப்படி என்றால் எனக்கு விசுவாசமாக இருப்பேன் என நீ சத்தியம் செய்து கொடு. நான் உன்னை ஆதரித்து, எதிரிகளிடம் இருந்து உன்னை காக்க, நீ என்னை உன் சக்கரவர்த்தியாக ஏற்று, எனக்கு கப்பம் கட்ட வேண்டும். நான் உனக்குத் துணையாக இருந்து, நாட்டை மீட்க என் படையை உனக்குத் தருகிறேன். நீ போரை வென்ற பின்னர், நாட்டின் எல்லைகள் மருவரையறை செய்யப்படும். அதை இருவரும் மதித்து நடக்க வேண்டும். இவை அனைத்திற்கும் நீ சம்மதிக்கிறாயா?”

மாறவர்மன் சிறிது நேரம் யோசித்தான். இழப்பதற்கு அவனிடம் என்ன இருக்கிறது?

“சரி ஐயனே. நான் உங்களுக்கு என்றும் விசுவாசமாக இருப்பேன் என உறுதியளிகிறேன். உங்கள் முன்மொழிவையும் நான் ஏற்கிறேன்” என்றான் மாறவர்மன்.

சோமேஸ்வரனின் வற்புறுத்தலால், அடுத்த சில நாட்களை மாறவர்மன் ஹொய்சால அரண்மனையிலே கழித்தான். அப்பொழுது செயல் பட தொடங்குவதற்கு முன்னர் செய்ய வேண்டிய ஆயத்த வேலைகளில் அவ்விருவரும் மூழ்கினர்.

தென்னகம் முழுவதையும் தன் ஆதிக்கத்திற்குள் கொண்டு வரும் சதுரங்க வேட்டையில் முதல் நகர்வை திட்டமிட்டது போல் துவக்கினான் சோமேஸ்வரன்.

* * *

படிப்பினை

எந்தக் கூட்டணியும், ஒன்றாக சேரும் இரு நபர்களின் தேவையையும் விருப்பத்தையும் பொறுத்தே அமைகிறது.

"இந்தக் கூட்டணியால் எனக்கென்ன லாபம்?", "இந்தக் கூட்டணியால் உனக்கென்ன லாபம்", "இந்தக் கூட்டணியால் நமக்கென்ன லாபம்?" போன்ற கேள்விகளுக்கு விடை தேடி, தெளிவு பெறவேண்டும். ஏனென்றால், கூட்டணியில் நிகழ இருக்கும் அனைத்து பேச்சுவார்த்தைகள் மற்றும் ஒப்பந்தங்களுக்கு இதுவே அடிப்படையாகும். அருகில் இருப்பவர்கள், கூட்டணியில் இணைய வாய்ப்பிருக்கும் கூட்டாளிகள் போன்றவர்களின் அச்சங்கள், ஆசைகள், மற்றும் லட்சியங்களை தெரிந்து வைத்திருப்பது சாலச் சிறந்தது.

இவை அனைத்தையும் தெரிந்து கொள்ள முயற்சிப்பவன் நிச்சயம் தொடங்கும் செயலில் வெற்றி பெறுவான்.

மூவேந்தர்: தனித்துவமிக்க கூட்டாண்மைகள்

ஜே கே: நாம் மீண்டும் கூட்டாண்மைகள் ஏற்படுத்திக்கொள்வதன் அவசியத்தைப் பார்க்கப் போகிறோம். காற்று எப்போதும் ஒரே திசையில் வீசுவதில்லை. அதைப் போல எந்த ஒரு கூட்டாண்மையும் எப்பொழுதும் ஒரே நிலையில் மாற்றங்கள் இல்லாமல் இருப்பதில்லை. எப்பொழுதும் ஏதேனும் சில மாற்றங்கள் நிகழ்ந்து கொண்டே தான் இருக்கும். அந்த நிறுவனத்தில் உங்களோடு தொடர்பில் இருக்கும் நபர் மாற்றப்படலாம், ஒரு புதிய பிரிவு தொடங்கப்படலாம் அல்லது மூடப்படலாம், அல்லது இன்னொரு சிறந்த நிறுவனத்தோடு இந்த நிறுவனம் இணையலாம்.

ராதா: அதனால் நமக்கென்ன? நம்மோடு நட்புறவில் இருப்பவர்களையும் நாம் வேவு பார்க்க வேண்டுமா என்ன?

ஜே கே: உளவு பார்ப்பது. நிறுவனங்களை உளவு பார்ப்பதென்பது மேற்கத்திய திரைப்படங்களில் ஜேம்ஸ் பாண்ட் துப்பு துலக்குவதை சித்தரிப்பதைப் போல் ஒரு மாயையை உருவாக்குகிறது. நான் அப்படி பொருள்படும் படியாக அதை குறிப்பிட வில்லை. ஆனால் நம் அன்றாடஇயல்பு வாழ்க்கையில், நமது ஊழியர்கள், பங்குதாரர்கள் என தொழிற்சூழலில் நம்மோடு தொடர்பில் இருப்பவர்கள் அனைவரையும் நாம் கண்காணிக்க வேண்டும். இப்படி நீங்கள் கண்காணிப்பதால் அவர்களைப்பற்றி நீங்கள் புரிந்து கொண்டதை எவ்விதத்திலும் பயன்படுத்தாது இருப்பது உங்கள் விருப்பம். ஆனால் உங்கள் போட்டியாளர்கள், உங்களைப்பற்றிய அவர்களின் புரிதலின் அடிப்படையில் செயல்படுவதை உங்களால் தடுக்க முடியாது என்பதையும் நீங்கள் உணர வேண்டும்.

போரிலும் காதலிலும் எந்த ஒரு செயலையும் நியாயப்படுத்தலாம். அந்த வரிசையில் இப்பொழுது வணிக கூட்டாண்மைகளையும் சேர்த்துக்கொள்ளலாம்.

“எனக்கு என்ன பயன்?” என்கிற மிக முக்கியமான கேள்விக்கான பதிலை காண முயலுங்கள். உங்கள் வாடிக்கையாளர்கள், பங்குதாரர்/விற்பனையாளர் மற்றும் ஏதேனும் ஒரு விதத்தில் உங்கள் தொழிலோடு சம்பந்தப்பட்டவர்கள் என அனைவரின் பார்வையிலும் இதற்கான விடையை கண்டறியுங்கள்.

மற்றவர்களும், உங்கள் போட்டியாளர்களும் எளிதில் சிந்திக்கக்கூடிய இயல்பான கூட்டாண்மைகளைத் தாண்டி நீங்கள் யோசிக்க வேண்டும். வழக்கத்திற்கு மாறான வெளிப்புற கண்ணோட்டத்தோடு, தொடர்பில்லாததைப் போல் தோன்றும் புள்ளிகளை ஒன்றாக இணைக்க நீங்கள் முறப்படவேண்டும்.

MARKETING CASE IN POINT

தொடக்க காலத்தில், ஏர் டெக்கான், பண பலம், அதிகார பலம், பயண முகவர் ஆதரவு என எதுவும் இல்லாமல், பல ஆண்டுகளாக தொழிலில் இருக்கும் பெரிய ஜாம்பவான்களோடு மோத வேண்டிய சூழல் ஏற்பட்டது. தொடர்ந்து வர்த்தகம் புரியவும், போட்டியில் ஜெயிக்கவும் ஏர் டெக்கான் ஓர் புதுமையான யுக்தியை கையாண்டது. அவர்ளின் யுத்திகளை வடிவமைக்கும் குழு இதுவரை யாரும் செய்திராத ஒரு வழியை முன்மொழிந்தது.

எத்தகைய வாடிக்கையாளர் பிரிவை குறிவைத்து ஏர் டெக்கான் தொழில் தொடங்கியது? இதுவரை இரயிலிலேயே பயணித்துக் கொண்டிருக்கும், ஆனால் விமானத்தில் பறக்க விரும்பும் சாதாரண, நடுத்தர வர்க்க இந்திய குடிமக்களுக்காக தொழில் தொடங்கியது. இத்தகைய சராசரி இந்தியர்கள் எங்கு வாழ்கிறார்கள்? எத்தகைய தகவல் தொடர்பு சேவைகளை பயன்படுத்துகிறார்கள்? நாட்டின் அனைத்து இடங்களிலும் பரவிக் கிடைக்கும் இவர்களிடம் ஏர் டெக்கான் எவ்வாறு தனது சேவையை கொண்டு சேர்ப்பது?

2007 ஆம் ஆண்டில், இந்திய தபால் துறை, நாட்டின் அனைத்து கிராமங்களிலும் கிளைகள் தொடங்கி தனது சேவையை வழங்கிக்கொண்டிருந்தது. இந்த தபால் நிலையங்கள் ஏர் டெக்னின் வாடிக்கையாளர்கள் அவ்வப்போது செல்லும் ஒரு இடமாகவும் இருந்தது. இதை கவனித்த ஏர் டெக்கான் நிறுவனம் இந்திய தபால் துறையோடு ஒரு கூட்டாண்மை உடன்படிக்கை கைழுத்திட்டது. முன்னோடியாக கர்நாடகாவின் 500 தபால் நிலையங்களுக்கு இணையதள தொர்பு வழங்கி பயணச் சீட்டின் விற்பனையை தொடங்கியது. இதனால் ஒவ்வொறு தபால் நிலையமும் ஏர் டெக்கானின் பயணச் சீட்டு விற்பனை நிலையமாக செயல்பட்டது. தபால் துறையினர் பயனை சீட்டை விற்று அவர்களின் சேவைக்கான கட்டணத்தை ஏர் டெக்கான் நிறுவனத்திடம் இருந்து பெற்றுக் கொண்டார்கள்.

நுகர்வோருக்கு அருகாமை மற்றும் வசதி, தபால் நிலையங்களுக்கு (இந்திய போஸ்ட்) கூடுதல் வருவாய், மற்றும் ஏர் டெக்கான்

நிறுவனத்திற்கு, *150,000*க்கும் அதிகமான "பயனச் சீட்டு முகவர்கள்" (டிக்கெட் ஏஜெண்டுகள்) கொண்ட அனைத்து இந்திய விநோயோகிப்பாளர் குழாம் என அனைவரும் மேன்மையுறும் ஒரு கூட்டணியாக இது அமைந்தது.

அத்தியாயம் 11

எப்பொழுதும், வெற்றியின் உச்சத்தில் இருக்கப் பழகு

"உனக்குள் இன்னும் அந்த வெறி இருக்கிறதா?"

அடுத்த நாள் காலை உணவருந்தும் போது மாறவர்மனிடம் தனது சந்தேகத்தை கேள்வியாகக் கேட்டான் சோமேஸ்வரன்.

"கண்டிப்பாக இருக்கிறது. ஆனால் அதைப் பற்றி இப்பொழுது ஏன் விசாரிக்கிறீர்கள்?"

"உனக்குள் ஒரு வேட்கை இருக்கிறதா இல்லையா என்பதை நீ உணர வேண்டும். நானும் அதை உறுதிப் படுத்திக் கொள்ள வேண்டும். நடக்க இருக்கும் போரில் நீ எனக்கு ஒரு முக்கிய கூட்டாளி. மேலும் எனது திட்டங்களில் உன் பங்களிப்பு குறிப்பிடத்தக்கது மற்றும் முக்கியமானது. அதனால் தான் கேட்கிறேன். உனக்குள் இன்னும் அந்த வெறி இருக்கிறதா? வெறி, கோபம், ஆற்றல், உறுதி இவை அனைத்தும் இன்னும் உன்னுள் இருக்கிறதா?"

"அனைத்தும் கண்டிப்பாக இருக்கிறது. ஆனால் அதை நான் உங்களுக்கு எவ்வாறு நிரூபிப்பது?"

"நான் 1000 படை வீரர்களை உன்னுடன் அனுப்பி வைக்கிறேன். எங்கள் அனைவருக்கும் உன் திறமைகளை நீ பறைசாற்று."

"நூறு வீரர்கள் போதும், ஐயனே!"

இப்படியாக மாறவர்மன் சுந்தர பாண்டியனின் பழி வாங்கும் படலமும், பாண்டிய நாட்டை மீட்டெடுக்கும் முயற்சியும் தொடங்கியது.

100 படை வீரர்களுடன் கிளம்பிய மாறவர்மன் தனது ஆலோசகர்கள் மற்றும் தளபதிகளான செல்வம் மற்றும் சிங்காரம் இருவரையும் சந்தித்தான். செல்வம் சுந்தர பாண்டியனோடும், சிங்காரம்

மாறவர்மனோடும் போர்க்கலை பயின்றவர்கள். அவ்விருவரின் வாழ்வும், எதிர்காலமும், பிறப்பாலும் அன்பாலும் மாறவர்மனின் விதியோடு பிணைக்கப்பட்டிருந்தது. ஹொய்சாலர்களுடன் கூட்டணி ஏற்படுத்திக் கொள்ளும் வாய்ப்பால் அவர்கள் மகிழ்தாலும், எதிர்கொள்ள வேண்டிய சவாலைக் கேட்டவுடன் அவர்கள் அதிர்ச்சியுற்றுத்தான் போனார்கள். செல்வம், மாறவர்மனை அன்பான உரிமையோடு சற்று கண்டித்தார்.

“சோமேஸ்வரன் 1000 படை வீரர்களை உன் உதவிக்கு வழங்கிய போது, நீ ஏன் 100 வீரர்கள் மட்டும் போதும் என்றாய்? தற்பெருமை உன் கண்ணை மறைத்து விட்டது. இப்பொழுது நாம் நம் சவாலை நிறைவேற்றுவது இன்னும் கடினமாகி விட்டது. அதனால் என்ன? நாம் அதையும் வெற்றிகரமாக செய்து முடிப்போம்.”

வெறும் 100 வீரர்களை வைத்துக் கொண்டு சோழர்களின் படையை எதிர்கொள்ள முடியாது என்பது மூவருக்கும் கண்கூடாகப் புரிந்தது. இருப்பினும் தன்னுள் பழி வாங்கும் பொறி இன்னும் அணையாமல் இருப்பதை மாறவர்மன் எவ்வாறு சோமேஸ்வரனுக்கு உணர்த்துவது?

“அனைவரது கவனத்தையும் கவரும் வண்ணம் நாம் ஏதாவது செய்தே ஆக வேண்டும்” என சிங்காரம் ஆவேசத்துடன் கூறினான்.

“கண்டிப்பாக. ஆனால் நம் வீரர்களை இழக்காமல்!” என தன் அனுபவ முதிர்ச்சியால் பதில் அளித்தபடி புன்முறுவலித்தார் செல்வம்.

சிதறிக் கிடக்கும் பாண்டியப் படைகளை மீண்டும் ஒன்றிணைக்கும் ஓர் போர். சோமேஸ்வரனுக்கு நம்பிக்கை அளிக்கும் விதமாகவும் ராஜராஜனுக்கு எச்சரிக்கை விடுப்பதற்கும் ஓர் போர்.

சிறிய படையாக இருந்ததால், ஓரிடத்தில் இருந்து மற்றோரு இடத்திற்கு அவர்களால் எளிதாக பயணிக்க முடிந்தது. சோழ மற்றும் ஹொய்சால ராஜ்ஜியங்களின் எல்லைக்கு அருகே இவர்களை விட சற்றே பெரிய எதிரியை அடையாளம் கண்டு தாக்குவது என தீர்மானித்தனர் .

தன்னோடு சில வீரர்களை மட்டும் அழைத்துக் கொண்டு எதிரியின் முகாமை நோட்டமிட்டு வந்தான் செல்வம். பிறகு அவர்கள் தங்கி இருக்கும் இடத்தையும் அதன் சுற்றுப்புறப் பகுதிகளையும் நன்றாக ஆய்வு செய்தனர். இவ்விரண்டு செயல்களையும் முடித்தவுடன் பாண்டியர்கள் தாக்குதலை துவக்கினர். மின்னல் வேகத்தில் சிறு சிறு தாக்குதலாக தொடங்கினர். முதல் நாள், குதிரைப் படையினர் கிடு கிடுவென ஒரு புறம் நுழைந்து கண்ணில்

பட்ட எதிரிகளை வீழ்த்திவிட்டு வேறு வழியில் வெளியேறினர். மறு நாள் காலாட் படையினர் முகாமின் எல்லையில் காவலுக்கு நின்றிருந்த காவர்லர்களை வீழ்த்தி விட்டு திரும்பினர். இவ்வாறு ஒவ்வொரு நாளும் ஒவ்வொரு விதமான தாக்குதலை அரங்கேற்றினர். இதனால் எதிரிகள் இவர்களின் செயல்பாட்டை ஓரளவு புரிந்து கொள்ளத் துவங்கினார்கள்.

ஆறாம் நாள் பாண்டியர்கள், தங்கள் மின்னல் வேக தாக்குதலைத் தொடங்கியவுடன், எதிரிகள், தாக்கும் கூட்டமைப்பில் அணி வகுத்து நின்று இவர்களை விரட்டித் துரத்தினார்கள். இதை எதிர்ப்பார்த்திராத மாறவர்மனின் வீரர்கள் பின்வாங்கி தங்கள் முகாமிற்குள் தஞ்சம் புக வேகமாக ஓடினார்கள். சோழர்கள் பாண்டியர்களை துரத்த இருவருக்குமான இடைவெளி குறைந்து கொண்டே வந்தது. தடையற்ற பாதையும் கடைசியாக ஓடும் பாண்டிய வீரனும் கண்ணில் புலப்பட சோழ தளபதி தன் வீரர்களை இன்னும் சற்று வேகமாக செல்ல ஆணை இட்டார். பயத்தில் தப்பி ஓடும் வீரர்களை கண்கள் பார்த்திருக்க, கால்கள் தாமாக கண் போன போக்கில் ஓடின.

வேண்டும் என்றே பாண்டிய வீரர்களால் வழி நடத்தப்பட்டு, விபரீதத்தை உணரும் முன், அனைத்து சோழ வீரர்களும் புதை குழியில் சிக்கினர். மாறவர்மனின் போர் வியூகத் திட்டக் குழுவில் இருந்த ஆய்வாளர்கள் இந்த இடத்தில் புதை மணல் இருப்பதை அறிந்து, அதற்கேற்றவாறு யுக்திகள் அமைத்து எதிரிகளை சாதுர்யமாக அதில் சிக்க வைத்தனர். மெதுவாக மூழ்க மூழ்க சோழ வீரர்கள் மத்தியில் பீதியும் குழப்பமும் அதிகரித்தது. தப்பிக்க முடியாமல் சிக்கிக்கொண்டார்கள் என்பது தெளிவானவுடன் ஓடிச் சென்ற ஹொய்சால பாண்டிய வீரர்கள் அங்கு மீண்டும் வந்தனர். மாறவர்மனின் போர் வியூக திட்டக் குழுவினர் தொடங்கி வைத்ததை அங்கு வந்த வில்லாளர்கள் கச்சிதமாக முடித்துத் தீர்த்தார்கள்.

ஏற்கனவே சோழர்களின் முகாமிற்கு அருகே மறைந்திருந்த பாண்டியனின் சிறு படைக் குழுவினர், முகாமில் எஞ்சி இருந்த காவலர்களை வீழ்த்தினர்.

முதல் தடையை வெற்றிகரமாகத் தாண்டியதால், மாறவர்மனும் அவனது படையினரும் புதிய வீரியத்துடன் பீடு நடைபோட்டு முன்னேறினர்.

இம்முறை எதிரிகள் ராஜ்ஜியம், முகாமிட்டிருக்கும் இடம், அதன் சுற்றுப்புறம் என அனைத்தையும் மதிப்பிட்டுத் திரும்பினான் சிங்காரம். மறுபடியும் எதிரியை சதுப்பு நிலத்தில் சிக்க வைத்து வீழ்த்தும் யுக்தியை கையாள முடியாது என்பதை மாறவர்மன் உணர்திருந்தான். இதற்கு

முன் சந்தித்ததை விட ஒரு பெரிய படையை வேறொரு சூழலில் வீழ்த்துவதற்கு தங்கள் யுக்தியை மாற்றியமைக்க வேண்டும் என்பதையும் அவர்கள் புரிந்து வைத்திருந்தார்கள். எதிரிகளிடம் ஏதேனும் பலவீனங்கள் தென்படுகிறதா என்பதையும் அதை அவர்களுக்கு சாதகமாக எப்படி பயன்படுத்துக் கொள்வது என்பதையும் சிங்காராம் ஆராய்ந்த வண்ணம் இருந்தான்.

காட்டிற்குள், ஒரு திறந்தவெளியில், மரங்கள் சூழ, 500 வீரர்களுடன் சோழர்களின் மலையடிவார முகம் சிறப்பாக அமைக்கப்பட்டிருந்தது. சோழனின் காவலர்கள், எதிரிகளின் நடமாட்டத்தை கண்காணிக்க ஏதுவாக மரங்களுக்கும் முகாமிற்கும் இடையே ஒரு இடைவெளி விடப்பட்டிருந்தது. அன்றைய பணியில் ஈடுபட்டிருந்த காவலர்கள் விழிப்புடனும் புத்துணர்ச்சியுடனும் காணப்பட்டார்கள்.

தனது 100 வீரர்களையும் தாக்குதலுக்கு அழைத்து வருவதைப் போல ஒரு நாடகத்தை அரங்கேற்றினான் மாறவர்மன். காவல் பணியில் இருந்த காவலர்கள் உடனே மற்றவர்களை எச்சரிக்க, முழு முகாமும் தற்காப்புத் தாக்குதலுக்கு ஆயத்தமானது. நேரம் பார்த்து, மாறவர்மனின் ஆட்கள் சட்டென பின்வாங்கி காடெங்கும் பரவலாக பிரிந்தனர். பறவைகள் சிறகடித்துப் பறக்கும் இரைச்சலும், எதிரிகளின் காலடிச் சத்தமும், மரங்களின் அதிர்வுகளும், எட்டுத்திக்கில் இருந்தும் வருவதை சோழ வீரர்கள் கவனித்தனர். அந்த நேரம் முகாமிற்குள் கிசுகிசுக்களும் தொடங்கின. சட்டெனசிறுசிறுகுழுக்களாகவீரர்கள்ஏதோரகசியம்பகிர்ந்து கொள்ளத் துவங்கினர். காட்டுத் தீயும், ரகசியமும் பரவத் தொடங்கினால் கட்டுப்படுத்துவது கடினம் தானே! ஐயோ! நம்மை எதிரிகள் சூழ்ந்து விட்டார்கள்! பறவைகளின் இரைச்சலையும், மரங்களின் அசைவுகளையும் கவனித்தாயா? பெரிய படையோடு தான் வந்திருக்கிறார்கள்!" என வீரர்கள் ரகசியமாக வதந்தியை பகிர்ந்து கொண்டார்கள்.

சிறிது நேரத்திற்குப் பிறகு பலமான காத்து வீச, அதற்கேற்றாற் போல் மரங்களும் அசைந்தாடின. அதைக் கண்ட சோழ வீரர்கள் மேலும் அரண்டு விட்டார்கள். அப்பொழுது மாறவர்மனின் வில்லாளர்கள் தீ மூட்டிய அம்புகளை சோழர்களின் முகாம்களை நோக்கி எய்தனர். அங்கொன்றும் இங்கொன்றுமாய் முகாம்கள் தீ பிடிக்க, வீரர்கள் அனைவரும் வெளியேறினர். இதனால் ஏற்பட்ட குழப்பத்தில், மேலும் சில வீரர்கள் மாண்டார்கள். இன்னும் சிலர், தாக்குதலுக்குத் தயாராக இருந்தாலும் எதிரி இருக்கும் இடம் தெரியாது முழித்தனர்.

சோழனின் படைத் தளபதி நடப்பதை உணர்ந்து, சட்டென வீரர்களை தற்காப்புத் தாக்குதலுக்கான அமைப்பில் நிலை கொள்ளச் செய்தார். சோழர்களின் முகாமை நோக்கி ஒரு சூறாவளி வர, பெரும் சத்தமும், மலை அளவு புழுதியும் காற்றை நிறைத்தது. அதனால் உச்சகட்ட குழப்பம் அனைவரையும் ஆட்கொண்டது.

கிளம்பிய புழுதி வான் வரை சென்றபோது, மாறவர்மனின் வீரர்கள் நேரடித் தாக்குதலைத் தொடங்கினார்கள். நிலவிய சூழலுக்கு தகுந்தாற்போல், மாறவர்மனின் வீரர்கள், தங்கள் கண்களை துணியால் மறைத்து பார்வை தெரியும் அளவிற்கு சிறிய ஓட்டை வைத்திருந்தார்கள். ஹொய்சால வீரர்கள் சோழர்களின் முகாமை வட்டமிட்டு தாக்கி, அவர்களின் தற்காப்பு அமைப்பை உடைத்தனர். ஹொய்சால வீரர்களின் படை பலம் அறியாது, மிகப் பெரிய படையோடு வந்திருப்பதாக தவறாக யூகித்து விட்டனர் சோழர்கள். அதனால் பல சோழ வீரர்கள் தங்கள் ஆயுதங்களைத் துறந்து சரணடைந்தனர்.

நூறு ஹொய்சால வீரர்கள் ஐநூறு சோழ வீரர்களை மிக எளிதாக வென்றனர்.

இந்த வெற்றிக்கு முக்கிய காரணம் சிங்காரத்தின் ஆயத்த வேலைகள் தான். தாக்குதலைத் தொடங்கும் முன்னரே அவர் எதிரியின் நிலப்பரப்பை ஆய்வு செய்த போது காற்று மற்றும் மழையின் போக்குகளையும் ஆராய்ந்து தெளிந்திருந்தார். அப்பொழுது ஒரு சூறாவளி அவ்விடத்தை கடக்கும் என கணித்து இருந்தார். சூறாவளியால் புழுதி கிளம்புவதும், பார்க்கும் திறன் வெகுவாக குறைவதும் அனைவரும் அறிந்ததே. ஆனால் அவை அனைத்தையும் தங்களுக்குச் சாதகமாக பயப்படுத்திக் கொண்டதே ஹொய்சலர்களின் சாதுர்யம்.

இரண்டு தொடர் வெற்றியால், இரண்டு எல்லையோர ராஜ்ஜியங்களை கைப்பற்றிய மாறவர்மன் சுந்தர பாண்டியன், தன் திறன்களை, அவன் படையினருக்கும், சோமேஸ்வரனுக்கும் சந்தேகத்திற்கு இடமில்லாமல் நிரூபித்து இருந்தான்.

செயல்திறன் மற்றும் வெற்றியின் உச்சத்தில் தனக்கான இடத்தை மாறவர்மன் உறுதி செய்து கொண்டான்.

* * *

படிப்பினை

- வணிகத்தில் உன் ஆடுகளத்தை நன்றாகத் தெரிந்து கொள். உன் அரண் எது? அது எவ்வளவு வலிமையானது? நீ கைப்பற்ற விரும்பும் களம் எது? அது எத்தகையது?
- உள்ளூர் வணிகச் சூழலை நன்றாகப் புரிந்து கொள்ளவும். வரக்கூடிய மாற்றங்களை (அது தென்றலாகவோ புயலாகவோ இருக்கலாம்) யூகித்து அதற்குத் தயாராக இருக்கவும். அதை உங்களுக்குச் சாதகமாகப் பயன் படுத்திக் கொண்டால் இன்னும் சிறப்பு.

மூவேந்தர்: காண்பது அனைத்தும் நிஜமல்ல!

ராதா: இந்த கதைக்கும் யதார்த்தத்திற்கும் உள்ள ஒற்றுமைகள் எனக்கு நன்றாகக் புலப்படுகிறது. சமீபத்தில் வர்த்தகரீதியாக சலசலப்பை ஏற்படுத்திய ஒரு சிறு நிறுவனத்தை நாங்கள் கையகப்படுத்த முயன்றோம். அந்த நிறுவனத்தை சூழ்ந்திருந்த பரப்பரப்பைக் கண்டு, அது பல வாடிக்கையாளர்களைக் கொண்ட ஒரு பெரிய நிறுவனம் என நாங்கள் நினைத்தோம். அந்நிறுவனத்தை விரிவான வணிக மதிப்பீடு செய்யும் போது தான், அது ஒரு சிறந்த சந்தைப்படுத்தும் குழாமைக் கொண்ட ஒரு சிறிய நிறுவனம் என்பதை நாங்கள் கண்டறிந்தோம். ஆயினும் அவர்களின் சந்தைப்படுத்தும் குழாமின் திறமையால் ஈர்க்கப்பட்டு, அதனாலேயே அந்நிறுவனத்தை நாங்கள் வாங்கினோம்.

ஜே கே: இந்த கதையிலிருந்து வேற என்னென்ன புரிந்து கொள்ள முடிகிறது?

கோகுல்: பொருளாதாரமும், சந்தையும் சரிவை நோக்கி செல்லும் நேரம், நாம் முன்னேறுவதற்கு உகந்த நேரமாகும். பேரன் ராத்ஸ்சைல்டின் பிரபலமான மேற்கோளை - “பங்குச் சந்தையில் நட்டமும், ரத்தமும் பெருக்கெடுத்து ஓடும் போது பங்குகள் வாங்குவது சிறப்பாகும்” இத்தருணத்தில் நினைவுகூர்வது பொருத்தமாக இருக்கும். பொருளாதாரம் மந்த நிலையில் இருக்கும் போதும், எதிரியின் தொழிலில் புயல் அடிக்கும் போதும், நாம் சாதுர்யத்துடன் தாக்குதல் நடத்தி, நமது சந்தைப் பங்கை அதிகரித்துக் கொள்ள வேண்டும்.

அனு: நம்மிடம் ஒரு பெரிய, சிறந்த படை இருப்பதைப் போல ஒரு மாயையை எதிரிக்கு உருவாக்க வேண்டும். ராதா சொன்னதைப் போல, இது ஒரு விழிப்புணர்வு சூத்திரமாக இருந்தாலும், சிறிய நிறுவனங்களுக்கு ஒரு அத்தியாவசியமான, தேவையான செயலாக இருக்கிறது.

ஜே கே: சரியாகச் சொன்னாய். கவனி. பகுப்பாய்வு செய். பின்பு செயல்படு. உங்களின் தொழில் சார்ந்த சந்தை மற்றும் சுற்றுச் சூழலை நீங்கள் முதலில் நன்குஅறிந்திருக்கவேண்டும். இவ்விரண்டையும்நீங்கள்எவ்வளவுநன்றாக புரிந்து வைத்துள்ளீர்களோ, அவ்வளவு சிறப்பாக நீங்கள் திட்டமிட்டு, அதை செயல்படுத்தவும் முடியும். வாடிக்கையாளர்களின் தேவை என்ன? சந்தை நிலவரம் என்ன? போட்டியாளர்கள் ரகசியமாக மேற்கொள்ளக் கூடிய நடவடிக்கைகள் என்னென்ன? சதுரங்க விளையாட்டைப்போல,

ஒருவர் எப்பொழுதும் சிந்தனையிலும், செயல்பாட்டிலும் எதிரியை விட இரண்டடி முன்னால் இருக்க வேண்டும்.

மேலும் அனு, உன்னுடைய முந்தைய கேள்விக்கு என் பதில் - ஒரு நிறுவனமாக, நாம் நம் வேவு பார்க்கும் திறனை கண்டிப்பாக, எப்பொழுதும் மேம்படுத்திக் கொண்டே இருக்க வேண்டும். நமது போட்டியாளர்களின் திறன்கள் என்னென்ன என்பதை நாம் துல்லியமாக கண்டறிய வேண்டும். எதிரி நம் பார்வையில் படும்படி இருந்தாலும், சுற்றிலும் வேறு ஏதும் ஆபத்துகள் ஒளிந்து இருக்கின்றனவா என நாம் விழிப்புடன் நோட்டமிட்டபடி இருக்கவேண்டும்.

கண்ணால் காண்பதும் பொய். காதால் கேட்பதும் பொய். தீர விசாரிப்பதே மெய் என்கிற கூற்றிற்கேற்ப நாம் எதையும் தீர ஆராய்ந்து உண்மையை அறிந்து கொள்ள வேண்டும்.

போட்டியாளர்களை விட நாம் முன்னிலையில் இருக்க வேண்டும் என்றால் அவர்களை விட அதிகமாக சிந்தித்து அவர்களை விட வேகமாகவும் விவேகமாகவும் நாம் செயல்பட வேண்டும்.

MARKETING CASE IN POINT

2015 ஆம் ஆண்டு, சூப்பர் பௌல் கால் பந்து போட்டியின் போது, அமெரிக்காவின் வாகனங்களை தயாரிக்கும் நிறுவனங்கள், சுமார் *60* மில்லியன் அமெரிக்க டாலர்களை தொலைக்காட்சி விளம்பரங்களுக்காக செலவழித்தார்கள். அதே காலகட்டத்தில், வோல்வோ நிறுவனம், தனது *XC60* மாதிரி வாகனங்களின் விற்பனையை ஒரு பைசா செவழிக்காமல் *70%* அதிகரித்தது.

இது எப்படி சாத்தியமாயிற்று?

தொலைக்காட்சியில் எந்த ஊர்தியின் விளம்பரம் வந்தாலும், பார்வையாளர்களிடம் யாருக்கு வோல்வோவை பரிசளிக்க விரும்புகிறீர்கள் என ட்வீட் செய்ய ஊக்குவித்தது வோல்வோ நிறுவனம். பார்வையாளர்கள் செய்ய வேண்டியது எல்லாம் அந்த வாகனத்தை பரிசாக பெற விரும்பும் நபரின் பெயரோடு #வோல்வோபோட்டி என ட்வீட் செய்ய வேண்டியது தான். அப்படிச் செய்தால் அந்த நபர் பரிசு பெரும் வாய்ப்பை பெறுவார்.

தொலைக்காட்சித் தொகுப்பாளர் ஜிம்மி கிம்மல் இந்த பிரச்சாரத்தைப் பற்றி பேசினார். வலைத்தளத்திலும் இந்த பிரச்சாரம் அதிக மக்களின் கவனத்தை ஈர்த்தது. இவற்றால் இந்தப் பிரச்சாரம் விரைவிலேயே மக்களிடையே பிரபலமடைந்தது. எப்பொழுது வாகனங்களின் விளம்பரங்கள் வந்தாலும் பார்வையாளர்கள் உடனே விரும்பிய நபர்களின் பெயர்# வோல்வோபோட்டி என ட்வீட் செய்யத் துவங்கினர். இந்தப் பிரச்சாரம் அமெரிக்க மக்களின் கவனத்தை வெகுவாக ஈர்த்ததால், வோல்வோ நிறுவனத்திற்கு பதில்கள் எக்கச்செக்கமாக குவிந்தது.

இப்படியாக வோல்வோ நிறுவனம் ஒரு திடீர்த் தாக்குதலை வெற்றிகரமாக நடத்தி, பார்வையாளர்கள் கவனத்தை முழுவதுமாக தன் பக்கம் திருப்பியது. ஒவ்வொரு போட்டியாளரின் விளம்பரத்தின் போதும் பார்வையாளர்களை தன்னைப் பற்றிச் சிந்திக்க வைத்து குறைந்த செலவில் அதிக ஆதாயத்தை சம்பாதித்தது வோல்வோ நிறுவனம். இதனால், இதுவரை யாரும் கண்டிராத மிக நூதனமாக இடைமறிப்பு என இந்தப் பிரச்சாரம் பெயர் பெற்றது.

அத்தியாயம் 12

இறுதிச் சுற்று

"உன் தந்தையின் மரணத்திற்கு பழிவாங்க வேண்டிய நேரம் வந்து விட்டது."

மாறவர்மன் தன் வலிமையையும் திறன்களையும் வெளிப்படுத்திய விதத்தைக் கண்ட சோமேஸ்வரன் பெருமகிழ்ச்சி அடைந்தான். நூறு வீரர்களின் துணையோடு, இரு ராஜ்ஜியங்களையும், ஒரு கோட்டையையும் கைப்பற்றி தன்னுள் இருக்கும் வஞ்சத்தையும், பழி தீர்க்கும் வெறியையும் நிரூபித்து விட்டான் பாண்டிய இளவரசன். காலச் சக்கரத்தின் சுழற்சியையும் மாறவர்மன் கவனிக்கத் தவறவில்லை. சில ஆண்டுகளுக்கு முன்பு, மாறவர்மன் தற்பொழுது இருக்கும் நிலையில் தான் ராஜராஜனும் இருந்தான்!

ஒவ்வொரு சூழலையும் யோசித்து, ஒவ்வொன்றிற்கும் நகர்வுகள், எதிர் நகர்வுகள் என அனைத்திற்கும் தயாராக இருந்தான் மாறவர்மன். மேலும் மிகப் பெரிய ஹொய்சால இராணுவமும் மாறவர்மனுக்காக போரிடக் காத்திருந்தது.

சோழர்களின் படை பெரிதாக இருந்தாலும், அனைத்து விதங்களிலும் அவர்கள் ஹொய்சால படையை ஒத்திருந்தார்கள். சோழ வீரர்களுக்கு பயிற்சிகள் அளித்து, தங்கள் ராஜ்ஜியத்தை மீட்டெடுக்க தோள் கொடுத்து, மீண்டும் தங்கள் பெயரை நிலைநாட்ட உதவியவர்கள் ஹொய்சாலர்கள் தானே. ஆதலால் இருவருக்கும் பொதுவான பல ஒற்றுமைகள் இருப்பது நியாயம் தானே!

இத்தனை பெரிய சோழர்களின் படையை மாறவர்மன் தற்போது எவ்வாறு வெல்வது? மாறவர்மன் அதிக உயிர்சேதத்தை விரும்பாததால், நேரடியாகத் தாக்கும் திட்டம் கைவிடப்பட்டது. மாறவர்மன், செல்வம், சிங்காரம் என மூவரும் சேர்ந்து ஒரு புது வித வியூகத்தை வடிவமைத்து

அதற்கு முத்துச் சாரம் என பெயர் சூட்டினார்கள். அதன்படி, அவர்கள் எதிரிகளை பல முனைகளில் இருந்து எரிச்சலூட்டி, துன்புறுத்த முடிவு செய்தனர்.

ஒரு சிறிய படைப் பிரிவு, காவிரி நதிக்கரையை கடந்து, சோழ சாம்ராஜ்ஜியத்திற்குள் நுழைய முயன்றார்கள். ஆனால் ரகசியமாக செல்வதை விடுத்து, உலகே அவர்களை திரும்பிப் பார்க்கும் அளவு சத்தமிட்டபடி தங்கள் பணியில் ஈடுபட்டார்கள்.

இந்தச் செய்தி சோழர்களை சென்றடைய, உடனே ராஜராஜன் ஒரு படைப் பிரிவை காவிரி கரைக்கு பணித்தான். அவர்களின் ஒரே குறிக்கோள் முன்னேறும் பாண்டியர்களைத் தடுத்து நிறுத்துவது தான். காவிரி ஆறு பெருக்கெடுத்து ஓட, இரு படைப் பிரிவினரும் கரையின் இரு பக்கமும் முகாமிட்டு காத்திருக்கத் தயாராயினர். பாண்டியனின் தளபதியான செல்வமும், சோழனின் தளபதியான மருதும், ஒருவரை ஒருவர் முறைத்தபடி நின்று கொண்டிருந்தனர். முறைத்துக் கொண்டிருக்கையில் செல்வம் மட்டும் புன்னகைத்தான். புன்னகை, வாய்விட்டு பலமாக சிரிக்கும் அளவிற்கு வளர்ந்தது. ஆனால் அது ஆணவச் சிரிப்பு அல்ல. எதிராளிக்குப் புலப்படாத ஒன்று அவனுக்குத் தெரிந்து விட்டதால் தோன்றிய தன்னம்பிக்கைச் சிரிப்பு.

பெருக்கெடுத்து ஓடும் ஆற்றில், நீர் மட்டம் குறையும் வரை இரு தரப்பினரும் அக்கரை செல்ல முடியாத நிலை ஏற்பட்டதால், காத்திருக்கும் படலம் தொடங்கியது.

செல்வம் பத்து வீரர்களை அக்கரையில் உள்ள எதிரியின் முகாமிற்கு சென்று வர ஆணையிட்டார். அவர்களும் வெள்ளத்தில் நீந்தி, அக்கரை சென்று, சோழர்களின் காவலர்கள் மீது ஒரு சிறிய தாக்குதலை நடத்தி விட்டு, மீண்டும் ஆற்றில் குதித்து, இக்கரை வர முயன்றனர். புறப்படும் போதே கயிற்றில் பத்து வீரர்களும் நன்றாகக் கட்டப் பட்டிருந்ததால், இக்கரையில் இருந்த மற்ற பாண்டிய வீரர்கள் அவர்களை பத்திரமாக இழுத்து கரை சேர்த்தனர். ஒவ்வொரு நாளும், ஆற்றின் வெவ்வேறு இடங்களில் இருந்து சோழர்களை தாக்கிய வண்ணம் இருந்தார்கள் பாண்டிய வீரர்கள். அதிகாலை, அந்திமாலை, அல்லது மேகமூட்டத்தால் வெளிச்சம் குறைவாக இருக்கும் நேரங்களில் தங்கள் தாக்குதல்களை அரங்கேற்றினார்கள் செல்வத்தின் வீரர்கள்.

இத்தகைய தாக்குதல்களால் எதிரிக்கு பெரிதாக பாதிப்பு ஒன்றும் ஏற்படவில்லை என்றாலும், அது சோழர்களை எரிச்சலூட்டும் விதமாகவும், பதிலடி கொடுப்பதற்கு செயல் பட தூண்டும் விதமாகவும் அமைந்தது.

பாண்டியர்களின் தொடர் தாக்குதல்களைக் கண்ட மருது, எதிர் தாக்குதல் நடத்தத் திட்டமிட்டான். அவன் வீரர்கள் அடுத்த நாள் விடியற்காலை நேரம், அக்கரை செல்லத் தயாராக இருந்தார்கள். ஐந்து பத்து வீரர்களாக இல்லாமல் படைக் குழுவினர் அனைவரும் கரையை கடக்கத் திட்டமிட்டிருந்தனர். அதற்கான ஆயத்தப் பணிகளை அவர்கள் ரகசியமாக முடித்தனர். விடியத் தொடங்கிய அடுத்த வினாடி, சோழர்களின் படை பிரிவினர் அனைவரும் கயிறு மற்றும் படகுகளின் உதவியுடன் நதியைக் கடந்தார்கள். அக்கரை வந்து சேர்ந்த பின், ஒன்று கூடி, தாக்கும் நோக்கத்துடன் பாண்டிய முகாமிற்குள் நுழைந்தார்கள்.

நுழைந்தால் முகாம் காலியாக இருந்தது!

பாண்டியர்களின் முகாம் அனைத்திலும் ஒரு காவலர் கூடத் தென்படவில்லை. அனைத்தும் காலியாக இருந்தது. குழப்பத்தில் வீரர்கள் அங்கும் இங்கும் சுற்றிப் பார்த்தார்கள். இந்த பாண்டியர்களுக்கு நம் திட்டம் எப்படியோ தெரிந்து விட்டது. அதனால் தப்பி ஓடி விட்டார்கள் அல்லது நம்மை தாக்குவதற்காக மறைந்து கொண்டு இருக்கிறார்கள் என நினைத்தார்கள்.

அங்கேயே நின்று கொண்டு என்ன செய்வது என யோசித்துக் கொண்டிருக்கையில் தூரத்தில் ஒரு சத்தம் கேட்டது. லாடம் கட்டிய குதிரைகள் ஓடிவரும் சத்தமா? பாண்டியர்கள் இவர்களைத் தாக்க வந்துகொண்டிருக்கிறார்களா? குழப்பத்தில் ஒருவரை ஒருவர் பார்த்தபின் அனைவரும் மருதை நோக்கினார்கள். மருதுவிற்கும் நடப்பது எதுவும் பிடிபடாததால் செய்வதறியாது நின்றான்.

சத்தம் அதிகரித்துக்கொண்டே இருக்க, காவிரிக் கரைக்கு சென்று படகுகளில் தங்கள் முகாமிற்கு திரும்ப முடிவெடுத்தார்கள் சோழர்கள். கரைக்கு வந்தவுடன் சத்தத்திற்கான காரணம் அவர்களுக்கு புலப்பட்டது. ஆற்றில் வெள்ளம் பெருக்கெடுத்து ஓட, இவர்களை நோக்கி ஆற்று நீர் மிக வேகமாக வந்து கொண்டிருந்தது. சுதாரிக்க நேரமில்லாமல் போக, ஒரே நிமிடத்தில் படைப் பிரிவினர் அனைவரும் வெள்ளத்தில் அடித்துச் செல்லப்பட்டனர்.

சில நாட்களுக்கு முன்னர், மிக மிக ரகசியமாக, பாண்டிய வீரர்களில் சிலர், ஆற்றில் எதிர்நீச்சலிட்டு மேற்புறம் சென்றார்கள். ஒரு சரியான இடத்தைத் தேர்ந்தெடுத்து, அங்கு ஒரு தற்காலிக அணை கட்டுவதே அவர்களின் குறிக்கோளாக இருந்தது. அதி விரைவாக பாண்டியர்கள் கட்டி முடித்த அணை ஒரு சில நாட்களிலேயே நிறைய நீரை கீழ்நோக்கி பாயாமல் தடுத்து நிறுத்தியது. நேரம் பார்த்து செல்வம் சமிக்ஞை செய்ய, அணையை உடைத்து தகர்த்தார்கள் பாண்டிய வீரர்கள். திட்டமிட்டபடி நீர் கீழ்நோக்கி பாய, சோழ வீரர்கள் இருந்த சுவடின்றி அடித்துச் செல்லப்பட்டார்கள். இவை அனைத்திலும் பாண்டியர்கள் தரப்பில் ஒரு வீரனைக் கூட அவர்கள் இழக்க வில்லை.

முகாமிட்டிருக்கும் நிலப்பரப்பின் தன்மையை தனக்குச் சாதகமாக்கி, எதிரிகளை செயல்படத் தூண்டி, அவர்களை பாதகமான நிலைக்குத் தள்ளி, பிறகு அவர்களை வெற்றி கொள்ளும் ஒரு மிக புத்திசாலித்தனமாக வியூகத்தை பாண்டியர்கள் கையாண்டார்கள்.

ராஜராஜன், ஒரு சுகமான அரச வாழ்க்கைக்கு வெகு விரைவிலேயே பழகி விட்டிருந்தான். ராஜ்ஜியத்தில் அனைவரும், அனைத்தும் முறையாக இயங்குவதை ராஜராஜன் உறுதி செய்தான். நாட்டில் அமைதி நிலவ, நிர்வாகமும் சீராக போய்க்கொண்டிருந்தது. இவ்வாறாக அனைத்தும் சுமுகமாக இயங்கிக்கொண்டிருக்க அதுவே ஒரு வித மெத்தனத்தை அனைவரிடத்திலும் உருவாக்கியது. ராஜராஜனின் வயிறும் செழிப்பின் வெளிப்பாடால் சற்றே பெருத்திருந்தது. இதெல்லாம் போதாதென்று, அரசன் என்ன சொன்னாலும் அதை ஆமோதிக்கும் ஒரு கூட்டத்தையும் தன்னைச் சுற்றி வளர விட்டிருந்தான் ராஜராஜன். மருதும் அத்தகைய கூட்டத்தின் ஒரு அங்கம்தான். எதிரி படையெடுத்து வருவது தெரிந்ததும், நல்ல அரசனாக படையை முன்னின்று வழிநடத்துவதை விட்டு அந்தப் பொறுப்பை மருதிடம் ஒப்படைத்தான் ராஜராஜன். அரண்மனையில் அமர்ந்து கொண்டு, ராஜராஜன், அவ்வப்போது அறிவுரைகளை மட்டும் வழங்கிக்கொண்டிருந்தான். எதிரியை இவ்வளவு சுலபமாக வெல்ல முடியுமா என்ன? மருதுக்கும் போர்புரிந்த அனுபவம் கொஞ்சம் இருந்தாலும், ஒரு பெரிய படைக்குத் தலைமையேற்று, பலம் பொருந்திய ஒரு எதிரியை வெல்லும் திறமை அவனுள் இருந்ததா? நிச்சயமாக இல்லை.

அதனால் தான் அன்றொரு நாள் அக்கரையில் சோழர்களின் படையை மருது வழிநடத்தி வருவதைக் கண்ட செல்வம், வெற்றி பெறுவது உறுதியென்று அவனைக் கண்டவுடன் பலமாகச் சிரித்தான்.

ராஜராஜனிடம் உள்ள ஒவ்வொரு படைத் தளபதியை பற்றியும் ஆராய்ந்து, அவர்களின் அனுபவம், பலம் மற்றும் பலவீனங்கள், இயலாமைகள் என அனைத்தையும் தன் விரல் நுனியில் தெரிந்து வைத்திருந்தான் செல்வம்.. மருதின் சொற்ப போர்க்கள அனுபவித்தினால், ஒரு படையை வழிநடத்தும் திறனும், எதிரியைத் தந்திரமாக வெல்லும் சாதுர்யமும் கிடையாது என்பதைச் செல்வம் சடுதியில் புரிந்து கொண்டான். அவன் செயல்பாடுகளை எளிதில் கணித்து விடக்கூடிய அளவிற்க்கு மருது உலக அனுபவம் அற்றவன். அதுவே அவனது வீழ்ச்சிக்கும் வழிவகுத்தது.

இதற்கிடையில், மாறவர்மனின் மற்றுமொரு படைப் பிரிவு உறையூரில் உள்ள பெரிய கோட்டையை முற்றுகையிட சென்றது. அவனது தந்தை, ராஜரானிடம் இழந்த அதே கோட்டையை மாறவர்மன் இப்பொழுது மீட்க விரும்பினான்.

பாண்டியர்களும், சோழர்கள் பின்பாற்றிய அதே யுக்தியை கையாண்டு கோட்டையை சுற்று வளைத்து நின்று, தகவல் பரிமாற்றம் மற்றும் உணவு எடுத்துச் செல்லும் பாதைகளை மறித்தனர். உறையூரை அடையும் வரை, வழியில் இருந்த முக்கிய இடங்கள், பொருட்கள் எடுத்துச் செல்லும் விநியோகப் பாதைகள், தகவல் பரிமாற்ற மையங்கள் என அனைத்தையும் பாண்டியர்கள் கைப்பற்றினார்கள். பாண்டியர்களின் இலக்கு உறையூர் தான் என்பதை ராஜராஜன் அறிந்திருந்தாலும் அவர்கள் இவ்வளவு வேகமாகவும் வீரியத்துடனும் செயல்படுவார்கள் என அவன் கணிக்கத் தவறி விட்டான்.

ஆனாலும் ராஜராஜன் அதீத கவலை கொள்ளாமல் இருந்தான். தனது குடிமக்களுக்குத் தேவையான உணவுப்பொருட்டுக்களை அவர்கள் கையிருப்பில் இருப்பதை அவன் உறுதி செய்திருந்தான். அனைத்து வித சூழல்களையும் யோசித்து, அதற்குத் தகுந்தாற்போல் ஏற்பாடுகளையும் அவன் மேற்கொண்டிருந்தான்.

பாண்டியனின் வில்லாளர்கள் கோட்டை மீது அம்பு மழை சொரிய, ராஜராஜனின் வீரர்கள் அனைவரும் கோட்டைச் சுவர் அருகே நின்று தற்காப்புத் தாக்குதலில் ஈடுபட்டார்கள். ஆனால் கோட்டைக்கு உள்ளே, பாண்டிய படைக் குழுவின் ஒரு சிறிய பிரிவினர், சத்தமில்லாமல் சோழ வீரர்களை ஒவ்வொருவராக கொன்று குவித்துக் கொண்டிருந்தனர். சோழ வீரர்களை கத்தியால் குத்திக் கொன்று உடல்களை உடனுக் குடன் அப்புறப்படுத்தினர். வெளிப்புறம் இருந்த மாறவர்மனின் வீரர்கள்

இரு பிரிவுகளாக பிரிந்து, ஒரு பிரிவினர் கோட்டை மீது அம்புகள் எய்துகொண்டிருக்க, மற்றொரு பிரிவு கோட்டைக் கதவை உடைக்க முயற்சித்தனர். சோழ வீரர்களின் கவனம் அனைத்தும் வெளியே நடக்கும் கிளர்ச்சியை முறியடிப்பதிலேயே இருந்ததால் வேறு எதையும் அவர்கள் கவனிக்க வில்லை.

கோட்டைக்குள் இருந்த பாண்டிய கொலையாளிகள் தங்கள் வேலையை ஓசையின்றி, தொய்வுமின்றி முடித்துக்கொண்டிருந்தனர். கடைசி நேரத்தில் கோட்டைச் சுவரில் தற்காப்பு தாக்குதலில் ஈடுபட்டிருந்த சோழ வீரன் ஒருவன். இவர்கள்களின் செய்யலை கவனித்து விட்டு மற்றவர்களை எச்சரித்தான். மிக மிகத் தாமதமாக தாங்கள் உள்ளிருந்ததும் தாக்கப்பட்டிருப்பதை சோழ வீரர்கள் உணர்ந்தார்கள். உடனே சிலர் கீழே குதித்து எஞ்சியிருப்பவர்களை காப்பாற்ற முனைய, அதற்குள் கோட்டைக் கதவை உடைத்து பாண்டிய வீரர்கள் உள்ளே புகுந்தார்கள். சிறிது நேரத்திற்குள் செல்வத்தின் வீரர்களும் உள்ளே புகுந்து முற்றுகை முயற்சியில் இறங்கி, இருக்கும் பாண்டிய வீரர்களுக்கு ஆதரவாக செயல்படத் துவங்கினார்கள். இருவருமாகச் சேர்ந்து சோழர்களை விரட்டியடித்தனர்.

ராஜராஜன் உள்ளிருந்து தாக்கப்படும் சூழலை விடுத்து மற்ற அனைத்து சூழல்களையும் யோசித்து அவற்றிக்கான எதிர் வியூகங்களை தயார் நிலையில் வைத்திருந்தான். உறையூர் கோட்டைக்குள்ளேயே வசிக்கும் சில வீரர்கள் ஹொய்சால மன்னனுக்கு விசுவாசமுள்ளவர்களாக இருப்பதை அவன் கவனிக்கத் தவறி இருந்தான். அவ்வீரர்கள் அனைவரும் முந்தைய போரில் சோழர்களுக்குத் தோள் கொடுத்து போராடி, பின்பு சோழ பெண்களை மணந்து உறையூரிலேயே தங்கிவிட்டிருந்தார்கள். சோழ நாட்டில் வசித்தாலும் ஹொய்சால மன்னனுக்குத்தான் விசுவாசமாக இருக்க வேண்டும் என அவர்கள் தெளிவாக இருந்தார்கள். அமைதி நிலவும் நேரங்களில் சோழர்களுக்கு அடி பணிந்து வாழ்ந்தவர்கள், இருநாட்டிற்கிடையே போர் மூண்டதும் எதிரி நாட்டில் மறைத்து வைக்கப் பட்ட கண்ணிவெடிகளாக மாறினார்கள். தற்போது உள்ளிருந்தே தாக்குதல் நடத்தியதைப் போல ஹொய்சால மன்னனிடம் இருந்து வரும் ஆணைகளை அச்சு பிறழாமல் நிறைவேற்றி முடித்தார்கள்.

மாறவர்மன் இவர்களுக்கு ஆற்ற வேண்டிய செயல்களை விவரித்து விட்டு அவர்களுக்கான சமிக்ஞை கிடைத்தவுடன் வேலையைத் தொடங்குமாறு அறிவுறுத்தியிருந்தான்.

தன் வீரர்கள் கோட்டையைக் கைப்பற்றிய பின் மாறவர்மன் வெற்றிநடை போட்டு உள்ளே செல்கையில் அவன் முன் ராஜராஜன் போர்க்கைதியாக நிறுத்தப்பட்டான். மாறவர்மன் முழுமையான வெற்றியை விரும்பினான். ஆதலால் தொடர்ந்த வாள் வீச்சு யுத்தத்தில், மிகச் சுலபமாக ராஜராஜனை வீழ்த்தினான் மாறவர்மன்.

மாறவர்மன் சுண்டர பாண்டியன் தன் தந்தையின் மரணத்திற்கு பழி வாங்கி, இழந்த தன் ராஜ்ஜியத்தை வெற்றிகரமாக மீட்டெடுத்தான்.

சோழர்கள் மற்றும் பாண்டியர்களுக்கு இடையேயான போரின் கடைசி அத்தியாயம் எழுதப்பட்டது.

அல்லது இன்னும் ஏதேனும் மீதி இருந்ததா?

* * *

மலை உச்சியில், ஒரு பெண் மற்றும் ஒரு சிறுவனின் நிழலடியாது.

சிறுவனின் கையைப் பற்றியபடி, அந்தப் பெண் அவர்கள் தப்பித்து வந்த அந்த கோட்டையை பார்த்தபடி நின்றாள்.

அந்தி சாயும் வேளையில், வானில் கருமேங்கங்கள் நிறைந்திருக்க, எந்த நிமிடமும் அடை மழை பெய்யத் துவங்கலாம் போலிருந்தது.

ஆனால் எவ்வளவு மழை பொழிந்தாலும், உள்ளே எரியும் நெருப்பை அதனால் அணைக்க முடியாது.

அந்தப் பெண் தன் பின்னால் இருந்து ஒரு வாளை எடுத்து அந்த சிறுவனின் கையில் கொடுத்தாள்.

மாண்ட மூன்றாம் ராஜராஜனின் மனைவியான சுகந்தி, தன் மகன் இரண்டாம் ராஜேந்திரனின் கையைப் பற்றியபடி,

“மகனே, உன் தந்தையின் மரணத்திற்கு பழி வாங்க, நீ தயாராகும் நேரம் வந்து விட்டது” என்றாள்.

* * *

படிப்பினை

- அகத்திலும் புறத்திலும் ஏற்படக்கூடிய அனைத்து சூழ்நிலை மாற்றங்களுக்கும் தயாராக இருக்க வேண்டும்.

மூவேந்தர்: பறக்கும் தலைவர்கள்

அனு: தலைமைப் பண்பு. இந்தக் கதை முழுவதிலும் அதைப் பற்றித் தானே நாம் பேசுகிறோம் .

கோகுல்: ஒவ்வொரு சூழலுக்கும் திட்டமிட்டு தயாராக இருப்பதன் முக்கியத்துவமும் விளக்கப்பட்டது.

ராதா: ஆம். மேலும் நாம் பாரபட்சத்தோடு நடந்து கொள்வதை தவிர்க்க வேண்டும் என்பதும் வலியுறுத்தப்பட்டது. ஆனால் நானும் உங்களை போலவே இந்தத் தவறை பலமுறை செய்திருக்கிறேன். நமக்குத் பிடித்த ஊழியர்கள் மீது நாம் அதீத நம்பிக்கை வைப்பதோடு அவர்கள் எதிலும் தவறமாட்டார்கள் என நினைத்து விடுகிறோம். எந்த துறையிலும் பணியிலும் அவர்கள் சிறப்புற செயல்படுவார்கள் என நாமே அவர்களுக்கு மகுடம் சூடி கொண்டாடுகிறோம்.

அனு: நீ உரைப்பதும் சரிதான். ஒவ்வொரு வேலைக்கும் சரியான நபரைத் தேர்ந்தெடுக்க வேண்டும். ஆர்வத்திற்கேற்ற திறன், திறமை, ஒழுக்கம் என அனைத்தும் இருக்கிறதா என்பதை நாம் மதிப்பிட வேண்டும்.

கோகுல்: அதோடு நிற்காமல் நமது நிறுவனங்களில் தானும் வேலை செய்யாமல், செய்பவர்களுக்கும் இடையூறாக இருப்பவர்கள் யார் யார் என்பதையும் நாம் கண்டறிய வேண்டும். கோட்டைக்குள் இருந்து கொண்டே பாண்டியர்களுக்கு விசுவாசமாகவும் சோழர்களுக்கு எதிராகவும் செயல்பட்டர்வர்களைப் போல, நம் நிறுவனங்களில் யாரேனும் இருக்கிறார்களா என்றும் நாம் ஆராய்ந்து புரிந்து கொள்ள வேண்டும்.

ஜே கே: இந்தக் கதையிலிருந்து நாம் இன்னொரு முக்கியமான பாடத்தையும் கற்றுக்கொள்ள வேண்டும்: தெளிவான குறிக்கோளும், கவனம் சிதறாமையும் ஒரு நல்ல தலைவனின் அடையாளங்கள்.

நீங்கள் அனைவரும், ஒரு நல்ல தலைவராக, நுணுக்கமாக அனைத்திலும் தலையிட்டு வேலைவாங்குவதையும் தவரிக்க வேண்டும். ஆகாயத்தில் பறந்தபடி கீழே நடப்பவற்றை மேற்பார்வையிடுவதையும் தவிர்க்க வேண்டும். அரசியல்வாதிகள் பாதிக்கப்பட்ட இடங்களை உலங்கு வானூர்தியில் பார்வையிடுவதைப் போல நீங்களும் உயரத்திலிருந்து மேலாண்மை செய்யாதீர்கள். ஒவ்வொரு வேலையை முடிக்கும் பொறுப்பையும் தக்க நபர்களிடம் ஒப்படையுங்கள்.

நீங்களும் ஓட வேண்டும். மற்றவர்களையும் ஓட வைக்க வேண்டும். கற்கும் வேலையை விடாது தொடர வேண்டும். அனைத்து மூலங்களிலிருந்தும் நாம் கற்கத் தயாராக இருக்க வேண்டும். தேவையானவற்றை உள்வாங்குவது நம் கையில் தான் உள்ளது.

கூர்ந்து கவனி. நன்றாக பகுப்பவு செய். தெளிந்த பின் செயலில் இறங்கு.

போரிடாமலேயே வெல்வது தான் சிறந்த வெற்றி!

MARKETING CASE IN POINT

அமெரிக்காவில் உள்ள அனைத்து பெரிய விமான நிறுவனங்களும் குவித்து பிரித்தனுப்பும் மாதிரியை *(hub & spoke model)* பின்பற்றி செயல்பட்டார்கள். முக்கிய பெரு நகரங்களில் உள்ள விமான நிலையங்களை குவியும் இடமாக வகைப்படுத்தி, அங்கிருந்து அனைத்து சிறு நகரங்களுக்கும் சிற்றூர்களுக்கும் விமானங்களை அந்நிறுவனங்கள் இயக்கின. புதிய போட்டியாளர்கள் தங்களை அசைக்க முடியாத படி ஒவ்வொரு நிறுவனமும் பெரு நகரங்களில் உள்ள விமான நிலையல்களை கோட்டை போல பலப்படுத்தி கோலோச்சி வந்தார்கள். புதிதாக தொழில் புரிய விரும்புபவர்கள் அதிக நேரம், பணம் மற்றும் முயற்சி செய்தால் மட்டுமே இவர்களைப் போல செயலாற்ற முடியும் என்கிறவாறு ஒரு கட்டமைப்பை இவர்கள் உருவாக்கி இருந்தார்கள்.

அதனால் பெரு நிறுவனங்களோடு நேரடியாக மோதுவதை விடுத்து சௌத் வெஸ்ட் ஏர்லைன்ஸ் பெரு நகரங்களுக்கு அருகே இருக்கும் சிறு விமான நிலையங்களை தேர்ந்தெடுத்தது. பெரும்பாலான சமயங்களில், பெரிய விமான நிறுவனங்களால் புறக்கணிக்கப்பட்ட சிறு நகரங்களையே அவர்கள் தேர்ந்தெடுத்தார்கள். உதாரணத்திற்கு, யுனைடெட் ஏர்லைன்ஸ் நிறுவனம், சிகாகோ ஓ ஹரே விமான நிலத்தை தன்னுடைய குவியும் இடமாக தேர்ந்தெடுத்து, சுமார் ஆயிரம் விமானங்களை அங்கிருந்து இயக்கியது. ஆனால் சௌத்வேஸ்ட் ஏர்லைன்ஸ், அதன் அருகிலேயே இருக்கும் சிகாகோ மிட்வே விமான நிலையத்தை தனது குவியும் இடமாக தேர்ந்தெடுத்தது. இவ்வாறாக சௌதவெஸ்ட் நிறுவனம் அமெரிக்காவின் அனைத்து சிறிய நகரங்களிலும் வலுவாக காலூன்றி தன்னை பலமாக நிலைநாட்டிக்கொண்டது.

சௌத்வேஸ்ட் நிறுவனம் மற்றவர்கள் பயணித்த பாதையை தவிர்த்து தனக்கான ஒரு புது பாதையை தேர்ந்தேடுத்தது. அதோடு நில்லாமல், போட்டியின் நிறைகளை மற்றவர்கள் புரிந்து கொள்ள பல மாதங்களும், அவர்களைப் போல செயல்பட பல வருடங்களும் ஆகும் வகையில் வரையறுத்துக் கொண்டு தொழிலில் அமோக வெற்றி கண்டது.

பிரிவு 3

எதிர்காலத்தின் கண்ணோட்டம்: பாண்டியர்கள் *vs.* தென் இந்தியா!

இந்தத்தொடரின் அடுத்த புத்தகத்தின் பிரத்யேக முன்னோட்டம்

அகத்தை வென்ற பிறகு புறத்தை கவனிக்கவும்

இரண்டாம் சுந்தர பாண்டியன் மிகவும் விரக்தியுடன் காணப்பட்டான். அவன் நினைத்தது போல எதுவும் நடக்கவில்லை. அவனது ஒவ்வொரு முயற்சியும் தோல்வியிலேயே முடிந்தது. அவனது ஆட்கள் அவரவர் வேலைகளில் முழு ஈடுபாட்டுடனும் ஆற்றலுடனும் செயல்படவில்லை. அவனது மந்திரிகளோ வேறு ஒரு உலகத்தில் வாழ்வது போலத் தோன்றியது.

அவன் மீண்டும் தோல்வியை தழுவ நேருமா?

இளம் வயதிலேயே சுந்தரம் பெரும் சாதனைகள் புரியத் தள்ளப்பட்டான். அவனது தந்தையான முதலாம் சுந்தர பாண்டியனின் அகால மறைவிருக்குப் பின் பல போராட்டங்களை வெற்றிகரமாக எதிர்கொண்ட பின்னரே அவனால் இந்த அரியணையில் அமர முடிந்தது. இருபத்து நான்கு வயதே நிரம்பிய இளைஞன் என்றாலும் என்ன செய்ய வேண்டும் என்கிற அறிவும், தெளிவும் அவனுக்கு இருந்தது. திருமணம் முடிந்து, ஒரு தந்தையாகப் போகும் தருணமும் நெருங்கிக் கொண்டிருந்ததால், எடுத்த காரியங்களை சிறப்பாக செய்து முடிக்க வேண்டிய கட்டாயத்திற்கு தள்ளப்பட்டிருந்தான்.

அவன் தந்தை தன்னுடைய வயோதிகத்தில், ஒரே சமயத்தில் பல்வேறு பிரச்சனைகளை எதிர்கொள்ள முடியாமல் திண்டாடினார். சாம்ராஜ்ஜியம் முழுவதும் கிளர்ச்சியின் விளிம்பில் இருந்தது. முதலாம் சுந்தர பாண்டியன், போர்களில் தன் ராஜ்ஜியத்தின் பெரும் பகுதிகளையும், மக்கிளிடையே தன் நன்மதிப்பையும் தொலைத்திருந்தார். கடைசியில் வடநாட்டினர் தன் நாட்டின் மேல் தொடர்ந்த தாக்குதலை முறியடிக்க முயல்கையில் போர்க்களத்திலேயே உயிர் நீத்தார்.

வயதில் சிறியவனாக இருந்ததால் இரண்டாம் சுந்தர பாண்டியனுக்கு எதற்கும் காத்திருக்கும் பொறுமை இல்லாதிருந்தது. முன்னோர்கள் ஆண்ட போது, நாட்டில் நிலவிய அமைதியும் அவர்கள் பெற்ற நற்பெயரையும் உடனே மீட்டெடுக்க அவன் துடித்தான். நாட்டை சிறப்புற ஆள்வதற்கும் போர்க்களத்தில் எதிரிகளை வீழ்த்துவதற்கும் சம விகிதத்தில் பயற்சி பெற்றிருந்ததால், அனைத்து துறைகளிலும் துடிப்புடன் செயல்பட்டு திறம்பட ஆட்சி புரிய ஆர்வமாக இருந்தான். ஆனால் பல சமயங்களில் தனிமையாக உணர்ந்தான். தந்தை இறப்பிற்கு பின், அனுசரிக்க வேண்டிய குறைந்தபட்ச துக்க காலத்தை தனிமையில் சிந்தனையில் ஆழ்ந்தபடி கழித்தான். தனது கடைசி வருடங்களில், தன் தந்தை செய்ய முயன்ற புது முயற்சிகள் அனைத்தையும் குறிப்பெடுத்து பத்திரப்படுத்தினான். நிகழ்கால மற்றும் வருங்கால நண்பர்களின் பட்டியல் ஒன்றை தயாரித்தான். துரோகிகள் மற்றும் எதிரிகளையும் பட்டியலிட்டு வைத்தான். பிறகு நல்லாட்சி புரிந்து ஒரு சிறப்பான எதிர்காலத்தை உருவாக்க நல்லதொரு வரைபடத்தை வடிவமைத்தான்.

பிறகு தன் அவையிலுள்ள மந்திரிகளை அழைத்து, தனது திட்டங்களையும் அவற்றை எவ்வாறு செயல்படுத்துவது என்பதையும் விவரித்தான். மன்னனின் திட்டங்களை மந்திரிகளும் பெரிதும் பாராட்டி வரவேற்றனர். தாங்கள் முன்னின்று வழிநடத்துவதாக வாக்களித்து விட்டு ஆளுக்கொரு திட்டத்தைத் தேர்ந்தெடுத்தார்கள். அவனது திட்டங்கள் அனைத்தையும் மந்திரிகள் முழுமனதோடு ஏற்று, நிறைவேற்றுவதாக வேறு உறுதியளித்ததால் சுந்தர பாண்டியன் அந்த நாள் முழுதும் மிக மகிழ்ச்சியாக காணப்பட்டான்.

ஒவ்வொரு வாரமும் திட்ட செயல்பாடுகளின் முன்றேங்களை பரிசீலனை செய்வதற்காக மந்திரிகளை சுந்தர பாண்டியன் சந்தித்தான். அங்கொன்றும் இங்கொன்றுமாக சின்னஞ்சிறு முன்னேற்றங்களைத் தவிர, பெரும்பாலான திட்டங்கள் தொடங்கப்படாமலேயே முடங்கிக் கிடப்பதை மன்னன் உணர்ந்தான். முறையாக செயல்படுத்தாததால், சில திட்டங்கள் எதிர்விளைவுகளை ஏற்படுத்தி நேரம், முயற்சி மற்றும் பொருள் விரயத்தை ஏற்படுத்தின. சுந்தர பாண்டியன் தன் ராஜ்யங்களின் சில பகுதிகளை தொடர்ந்து இழந்த வண்ணம் இருந்தான். மந்திரிகளை திறம்பட செயல்படுமாறு கெஞ்சியும் பார்த்தான், மிரட்டியும் பார்த்தான். எதுவுமே பலனளிக்காமல் போனது.

நல்ல மாற்றங்களை உருவாக்க புதிய மந்திரிகளையும் ஆலோசகர்களையும் நியமித்தான் சுந்தர பாண்டியன். ஆனால் அவர்களில் பெரும்பான்மையினர் பொறுப்பை திறம்பட நிறைவேற்றும் தகுதியற்றவர்களாக இருந்தார்கள். அதிலும் சிலர் ஏதேதோ சாக்குகள் சொல்லி நாட்டை விட்டே ஓடினார்கள்.

தடைபட்ட மற்றும் கைவிடப்பட்ட புது யோசனைகளும் முயற்சிகளும்

- போர்க் கருவிகள் தயாரிப்பு மற்றும் கொள்முதல் - காலவரையறை அற்ற தாமதம்.
- ராணுவத்திற்கு புது ஆட்கள் சேர்ப்பு - தொடங்குவதற்கான எந்த அறிகுறியும் தென்படவில்லை.
- நட்பு கூட்டாண்மையில் இருப்பவர்கள் - குற்றுயிரும் குலையுயிருமாக இருக்கிறது.
- அண்டை நாடுகளுடனான புதிய கூட்டாண்மை - நிராகரிக்கப்பட்டு விட்டது.
- துரோகிகள் - அதிர்ச்சியூட்டும் விதமாக நாளுக்கு நாள் எண்ணிக்கை அதிகரித்துக் கொண்டே இருக்கிறது.
- வரி வசூலிப்பு நிலவரம் - மோசம்
- மக்களின் மன நிலை – கவலைக்கிடம்

நல்லாட்சி புரிபவனாக, தலைவனாக, தங்களை காப்பவனாக இருக்கும் தங்கள் மன்னனின் தகுதிகளையும் திறன்களை மக்கள் மோசமாக வெளிப்படையாக விமர்சிக்கும் நிலை உண்டானது. இதனால் சுந்தர பாண்டியனும் தன்னம்பிக்கை இழந்து குழப்பத்தில் மூழ்கினான்.

“என்னுடைய திட்டங்கள் அவ்வளவு மோசமாக இருந்ததா? தகுதியான ஆட்களை தேர்ந்தெடுப்பதிலும் அவர்களுக்கான வேலையை ஒதுக்குவதிலும் தவறிழைத்து விட்டேனா? வேலையையும் அதை அவர்கள் விருப்பம் போல் செய்யும் சுதந்திரத்தையும் பறித்து அவர்களை

நான் மேற்பார்வை செய்து கொண்டே இருந்தால் தான் காரியங்கள் சரியாக நடக்குமா?”

பாண்டிய மன்னன் இரண்டாம் சுந்தர பாண்டியன் விரக்தியின் உச்சத்தில் இருந்தான். நினைத்த காரியங்கள் எதையும் அவனால் நடத்த முடியவில்லை. அவனது ஒவ்வொரு புது முயற்சியும் தோல்வியிலேயே முடிந்தது. அவனது ஆட்களும் முழு ஈடுபாட்டுடனும் ஆற்றல் வெளிப்படும் விதமும் செயல்பட வில்லை. மந்திரிகளோ ஒரு தனி உலகம் அமைத்து, அதில் வாழ்வதைப் போல் காணப்பட்டார்கள்.

நாம் மீண்டும் தோல்வி அடைந்து விடுவோமோ என்கிற பயம் அவனுக்கு நாளுக்கு நாள் அதிகரித்துக் கொண்டே போனது.

தனது தந்தையின் போர் வியூகக் குழுவில் பணியாற்றி, வயோதிகம் காரணமாக ஓய்வு பெற்ற இரண்டு முன்னாள் அமைச்சர்களைக் காணச் சென்றான் சுந்தர பாண்டியன். அந்த காலத்து வழக்கப்படி ஓய்வு பெற்ற பின், மந்திரிகள் நாட்டை துறந்து காட்டில் வசித்தனர். தாய் மண்ணிற்கும், மகுடத்திற்குமான கடமைகளை செவ்வனே முடித்த பின்னர், அமைதியான தவ வாழ்வை வேண்டி அவர்கள் காட்டுக்குக் குடி பெயர்ந்தார்கள்.

வாகீஷ் மற்றும் பாஸ்கர் என்கிற இரு முன்னாள் மந்திரிகளைத் தான் சுந்தர பாண்டியன் சந்தித்தான். அவனைப் பார்த்ததும் மகிழ்ச்சி அடைந்த இவ்விருவரும், தங்களின் ஆசிரமத்தில் இரண்டு நாட்கள் தங்கிச் செல்லுமாறு அன்போடு ஆணையிட்டார்கள். அமைதியும் தெளிவும் கிடைத்த அந்த நாட்களை என்னவென்று விவரிக்க! சுந்தர பாண்டியன் எதிர் கொள்ளும் பிரச்சனைகளை அறிந்த பின், அவற்றை ஆழ்ந்த புரிதலோடு விவாதித்தார்கள்.

யார் யாரை ஆதரிக்கிறார்கள்? யார் யாரோடு கூட்டணி போட்டு செயல்படுகிறார்கள்? அரசனுடன் செயல்படும் ஒவ்வொருவரின் உள் நோக்கமும் என்னவாக இருக்கும்? எந்த விதமான அரசியல் தந்திரங்களை நாம் வெற்றிகரமாக செயல் படுத்த முடியும்? சுந்தர பாண்டியன் எவ்விதம் முடிவுகளை எடுத்தார்? சிந்தனையில் தொடங்கி முடிவுகள் எடுக்கப்படும் வரை மந்திரிகள் மற்றும் ஆலோசகர்களின் பங்களிப்பு என்ன? போட்டி எவ்வளவு பலமாக இருக்கிறது? இப்படியாக சில நாட்கள் சிந்தனையிலும், பகுப்பாய்விலும் கழிந்தன.

மந்திரிகளும், ஆலோசகர்களும் மன்னனின் திட்டங்களுக்கான நோக்கத்தை அறிந்து, அவர்களின் சொந்த யோசனைகளை முன்வைத்து, பகுப்பாய்வு மற்றும் விவாதம் மூலம் சரியான தீர்வுகளைக் தேந்தெடுக்க உதவுவது என ஒரு அறிவுபூர்வமான ஈடுபாட்டைத்தான் சுந்தர பாண்டியன் இத்தனை நாட்களாக கிடைக்காது வருந்தினான்.

இப்போது, என்ன செய்ய வேண்டும் மற்றும் அதை எப்படி செய்ய வேண்டும் என்கிற தெளிவு கிடைத்த பின்னர், சுந்தர பாண்டியன் அவர்களிடம் விடை பெற்று கிளம்பினான்.

போர் மற்றும் தலைமைத்துவம் பற்றிய ஒரு முக்கிய பாடத்தை அவன் ஆசிரமத்தில் தங்கி இருந்த போது கற்றிருந்தான்.

அரண்மனைக்குத் திரும்பியவுடன், தேர்ந்த செயல்திறன் மிக்க வல்லுநர்களை கொண்ட ஒரு சிறிய செயற் குழுவை தோற்றுவித்தான். ஆணைகள், அறிக்கைகள், தகவல்கள் என அனைத்தையும் மன்னனிடம் மட்டுமே பெற்று, பகிரும் ஒரு குழுவாக அவர்கள் இயங்கினார்கள். சாணக்கியத்தனமாக தோன்றினாலும், அப்படித்தான் செயலாற்றினான் சுந்தர பாண்டியன். அக்குழுவினர் அனைவரும் மன்னனின் ரகசிய தகவல் தொடர்பாளராக பணிபுரிந்தார்கள். சுந்தர பாண்டியனும் மாறுவேடமிட்டு நகர்வலம் சென்றான். அதனால் மக்களின் வாழ்க்கைத் தரம், ஆசைகள், விருப்பங்கள், அபிலாஷைகள் என அனைத்தையும் முதற்கண் அறிந்துகொண்டான். திறமையான இரு பாலினத்தவரையும் தேர்ந்தெடுத்து அவர்களை மந்திரிகளாகவும் தளபதிகளாகவும் செயல்பட பயிற்சி அளித்தான். பிறகு இவர்களைக் கொண்டு ஒரு ரகசிய மந்திரி சபையை ஏற்படுத்தி, ஒவ்வொரு பிரச்சனைக்கும் வெற்றிகரமாக தீர்வு கண்டார்கள்.

கூட்டாண்மைக்கான அழைப்புகள், சுந்தர பாண்டியனிடம் இருந்து நேரிடையாக அண்டை நாட்டு அரசர்களுக்கு ரகசியமாக அனுப்பப்பட்டது. கூட்டாண்மை அழைப்பை ஏற்று அனைவரும் நன்றி தெரிவித்திருந்தனர். இதனால் தன் முன்னாள் மந்திரிகள், அம்மன்னர்களின் நம்பிக்கை வார்த்தைகளை எவ்வாறெல்லாம் திரித்து கூறியிருந்தார்கள் என்பதை பாண்டியன் புரிந்து கொண்டான். வெற்றிகரமாக பல கூட்டாண்மை ஒப்பந்தங்கள் பரிமாறிக்கொள்ளப்பட்டன. பதவிகளை துறந்து சென்ற தகுதியான சிலரிடம் விலகலுக்கான காரணத்தை கேட்டான் சுந்தர பாண்டியன். பலரும், அரசு நிர்வாகத்தில் மெதுவாக

பரவத் தொடங்கியிருக்கும் நேர்மையின்மையும் அக்கறையின்மையுமே காரணம் எனக் கூறினார்கள். விரக்தியால் விலகியவர்களை மீண்டும் அழைத்து, பிரச்சனைகள் நிறைந்த சில முக்கிய துறைகளில் அவர்களை நியமித்து, அதை சரி செய்யும் பொறுப்பையும் கொடுத்தான்.

மன்னரின் ரகசிய மந்திரி சபை தொடர்ந்து தகுதியான ஆட்களை கண்டெடுத்து, பயிற்சி அளித்து, தங்களுடன் இணைத்துக்கொண்டு மென்மேலும் சிறப்பாக தன் பணிகளைத் தொடர்ந்தது.

இத்தகைய விடா முயற்சியால், தன் நாட்டை சீர்குலைத்துக் கொண்டிருந்த தீங்குகளில் இருந்து தன்னையும், தன் நாட்டையும் மீட்டெடுத்தான் சுந்தர பாண்டியன். பட்டை தீட்டாத வைரம் போல் இருந்த சில மந்திரிகள், வாகீஷ் மற்றும் பாஸ்கரிடம் சென்று பயிற்சி பெற்று ஜொலிக்கும் வைரமாக நாடு திரும்பினார்கள். ஒவ்வொரு நபர், துறை, மற்றும் பிரதேசமாக சிறு சிறு மாற்றங்களை புகுத்தி, நினைத்ததை சாதித்து முடித்தான் பாண்டியன். அதிரடியாக செயல்படாமல், திட்டமிட்ட முறையில் செயல்பட்டு மாற்றங்களை தோற்றுவித்தான் சுந்தர பாண்டியன். ஒவ்வொரு துறையிலும் அவனால் ஏற்பட்ட நேர்மறையான மாற்றங்கள், நிலைத்து அவன் ஆளுமையை பறைசாற்றியது. பாண்டியன் தொடங்கிய திருத்தங்களும், நேர்மறை மாற்றங்களும் மெதுவாக நாடெங்கும் பரவி அவனுக்கு சரித்திரத்தில் நிலையான ஒரு இடத்தையும் நற்பெயரையும் பெற்றுத்தந்தன.

கடைசியில் அனைத்தும் நல்லபடியாக முடிந்ததா? கண்டிப்பாக இல்லை. சில பின்னடைவுகள் தீராத தலைவலியாக இருந்தன. அதிகாரத்தையும் பதவியையும் தக்க வைத்துக் கொள்ள விரும்பிய சில தகுதியற்ற மந்திரிகள் சுந்தர பாண்டியனின் முயற்சிகளுக்கு முட்டுக்கட்டையாக இருந்தனர். சுந்தர பாண்டியனின் ரகசியக் குழு அத்தகையோரை மன்னனுக்கு அடையாளம் காட்ட, அவர்கள் மெதுவாக அகற்றப்பட்டார்கள்.

பழையன கழிதலும் புதியன புகுதலுமாக சுந்தர பாண்டியனது திறமையற்ற அமைச்சர்களும் தளபதிகளும் நீக்கப்பெற்று தகுதியான புதிவர்கள் தங்கள் கடமைகளை திறம்பட செயலாற்றினார்கள். சுந்தர பாண்டியன் தன்னை உயிர்த்தெழுப்பும் பாதையில் வெற்றிகரமாக பயணித்துக்கொண்டிருந்தான்.

அவன் ஆசிரமத்தில் தங்கி இருந்தபொழுது கற்ற மிகப் பெரிய பாடம்:

முதலில் உள்ளிருக்கும் பிரச்னைகளைக் களைய வேண்டும். அதற்குப் பின்னரே வெளிப்புறம் இருப்பவைகளை கவனிக்க வேண்டும்.

ஆரோக்கியமான உடலிற்கு நல்ல மனமும், நல்ல மனதிற்கு ஆரோக்கியமான உடலும் இன்றியமையாததாகும். ஆரோக்கியமான உடலைப்போன்ற ராஜ்ஜியத்திற்கு, வலிமையான குடிமக்களும், தன்னம்பிக்கையும் அவசியமாகும். விஷக்கிருமிகளை அகற்றி, உடற்பயிற்சியின் மூலம் ஆரோக்கியத்தை பேணுவது போல, துரோகிகளும் பிரச்சனைக்குரியவர்களும் ராஜ்ஜியத்திலிருந்து அப்புறத்தப்பட வேண்டும். அப்பொழுதுதான் ஒரு மன்னன் சிறப்பாக ஆட்சி புரிய முடியும்.

அகத்தில் நிகழும் போர்களை வென்ற பின் புறத்தே நடக்கும் போர்களில் உன் கவனத்தை செலுத்து.

* * *

சத்தமின்றி (சந்தைப்படுத்துதலில்) செயல்படும் போர்வீரன்

அறிவிப்பின்றி வரும் சூறாவளியைப் போல
எதிரிகளைத் தாக்கிச் செல்வானாம்.
நடப்பது என்னவென்று உணரும் முன்னே
படைத்தவனிடமே அனுப்பி விடுவானாம்.

பதுங்கிப் பதுங்கி திடுக்கிடும் வண்ணம் தாக்கிடுவானாம்,
வெற்றியின் சூத்திரம் அதுவே என்பதை அவனும் நன்றாய் அறிவானாம்.
முகமூடி அணிந்தே இருப்பானாம்,
சக வீரர்களையும் அணியச் சொல்வானாம்.

முகமூடி அணிந்த கொள்ளையர்களாம்,
நினைத்த மாத்திரத்தில் தாக்குவார்களாம்.
ஆயுதம் ஏந்தியவர்களை மட்டுமே மாய்ப்பார்களாம், தங்களின்
வெற்றியையும் விசுவாசத்தையும் மன்னனின் காலடியில் வைப்பார்களாம்.

எங்கு வருவார்கள்,
எப்படித் தாக்குவார்கள்
என்பதை ஒருவரும் அறியாராம்.
அவனும் அதைத்தான் விரும்பினானாம்.

மாயை, மர்மம், மூட நபிக்கைகள்
இவை யாவும் உண்மை என நினைப்பவனாம்
நிதர்சனம் அப்படி இல்லை என்பதை
ஏற்பதற்கும் மறுப்பானாம்

பெயரும் புகழும் வெறுப்பவனாம்
மறைவில் இருக்கவே விரும்புபவனாம்
காரியம் நிறைவேற்றும் சுதந்திரம் மட்டும்
கிடைத்தால் போதும் என்பவனாம்.

சொல்லிலும் செயலிலும் செலவிலுமே
நியாயமாக்கவும் சிக்கனமாகவும் நடப்பானாம்
வெற்றி நிச்சையம் என்றால் தான்
தாக்குதலைத் துவங்கத் துணிவானாம்
போர்க்களத்தில் இவனும் நின்றாலே
வெற்றியும் இவனிடம் வந்திடுமாம்

ரத்தம் சிந்தாமல் கிடைக்கும் வெற்றி
இனித்திடாமலும் இருந்திடுமோ?

நூலாசிரியர் - பிரவீன் ஷேகர், பற்றி சில வார்த்தைகள்

பிரவீன் மாறுபட்ட சந்தைப்படுத்தும் நடவடிக்கைகளை நடைமுறைப்படுத்துவதில் வல்லவர். மேலும் சபையினரின் கவனத்தை கொள்ளை கொள்ளும் அளவு சிறப்பான கதை சொல்பவரும் ஆவார்.

அசாதாரண சந்தைப்படுத்தும் முறைகளை கையாண்டு வெற்றி காண்பதே பிரவீனின் பலமும் தனித்துவமும் ஆகும். உலகம் ஒரு திசையில் சென்றால் நாம் எதிர் திசையில் தான் பயணிக்க வேண்டும் என்பது அவரது தாரக மந்திரம். இப்படி எதிர்நீச்சலுக்கு அஞ்சாத அவரின் அணுகுமுறையால் தான் ஒவ்வொரு நெருக்கடிக்குப் பின்னால் ஒளிந்திருக்கும் வாய்ப்பை அடையாளம் கண்டு அவரால் புதிய சிகரங்களை தொடமுடிந்தது. அமெரிக்கன் மார்கெட்டிங் அசோசியேஷன் (அமெரிக்க சந்தைப்படுத்துதல் சங்கம்) பிரவீனின் பணியை பாராட்டி 'எமெர்ஜிங் லீடர்' (வளர்ந்து வரும் தலைவர்) என்னும் பட்டத்தை வழங்கி அவரை கௌரவித்துள்ளது. சந்தைப்படுத்தும் துறை மீது தீராத வேட்கை கொண்ட பிரவீன், நுண் சந்தைப்படுத்தும் நடவடிக்கைகளை (நுகர்வோரை வகைப்படுத்தி ஒவ்வொரு பிரிவினருக்கும் ஏற்றவாறு சந்தைப்படுத்தும் நடவடிக்கைகளை வடிவமைத்தல்) மேற்கொள்வதன் மூலம் ஒரு நிறுவனத்தை மிக உயரிய இடத்திற்கு அழைத்துச் செல்வதோடு, வணிக சூழலையே மாற்றி அமைக்கலாம் என திடமாக நம்புகிறார்.

எனவே உங்கள் நிறுவனத்தில் சந்தைப்படுத்தும் நடவடிக்கைகள் மந்த நிலையில் இருந்து, அவற்றை மெருகேற்றி அதன் மூலம் நீங்கள் வளர்ச்சி அடைய விரும்பினால், பிரவீனை *mic@pravinshekar* மற்றும் *www.linkedin.com/in/pravinshekar* எனும் இணைய முகவரிகளில் தொடர்பு கொள்ளலாம்.

Pravin Shekar's Books

MARKETING

- Throne Wars: Marketing Lessons from The Art of War
- 52 Moments of Marketing: Stories to kindle the creator in you
- The Ghatotkacha Game: Marketing Lessons from Mythology
- Mahishasura Marketer: Lessons from mythology to slay marketing demons
- Devil Does Care: Outlier Marketing for Bootstrapped Entrepreneurs
- How to Get My First Paid Speaking Gig!
- Virtual Summit Playbook: A Guide to Hosting Your Own Online Conference.

BUSINESS RESILIENCE

- Climb Your Way Out of Hell: Outlier Marketing to Overcome Worst-case Scenarios and Grow Your Business (Also available in Tamil: Naragam to Sigaram)
- Combat Culture: The Krav Maga way to business resilience

TALK-BOOK

- Ophthalmologists Brand Yourself!

CREATIVITY

- With You, For You: A Collection of Travel Images and Romantic Poems
- Love Is Just a Page Away: Short Stories from the Heart

நன்றி

இவை அனைவருக்கும் எனது நெஞ்சார்ந்த நன்றிகள்:

- மொழிபெயர்ப்பாளர் – லாவண்யா கோமடெஷ்வர்
- மோஜோகான்வாஸிலிருந்து அருன் & நந்தினி ராம்குமார், வடிவமைப்பு மற்றும் எழுத்து சார்ந்த உதவி
- என் ஐடீயா விமர்சன குழு - டி என் சி வெங்கட்ரங்கன், மார்கெட்டர் ராஜெஷ் ஸ்ரீனிவாசன், கொகுல் சந்தானம், ரவி வெங்கட்ரமனி
- பி.எஸ்.ஏ.ஐ நானொரிமோ குழுவினர்கள்
- நொஷன்பிரெஸ் குழுவினர்கள்
- க்ரீயா ஈநாலெட்ஜ் மற்றும் க்ரக்ஸ் குழுவினர்கள்
- என் க்ரியேடிவ்கர் கமியூனிட்டி
- அம்மா, அனு, மற்றும் எனது குடும்பத்தினர்

பிரவீன் ஷேகரின்
மற்ற புத்தகங்கள்

Pick up a copy of:

THE GHATOTKACHA GAME

MARKETING LESSONS FROM MYTHOLOGY

Are there any lessons?

Would it be a stretch to connect the dots, to learn marketing from stories of yore, from characters that have been chiselled and enhanced across centuries?

A marketer seeks inspiration from all possible sources, including ones that are clearly outliers! Let us take one particular character from the Mahabharata.

Ghatotkacha is a very powerful character in Indian mythology. Everything from Ghatotkacha's birth to his death is a game. Does he play different games, or is he a part of one himself?

As a marketer, what can I learn from his life? What can I implement and what can I share?

After reading this book, ask yourself: did Ghatotkacha play games, or did he participate in the success of a bigger game?

The parallels drawn in the book are the authors' own, based on two decades of marketing various services, products and solutions.

The authors believe and evangelise that each of us, first and foremost, is a marketer. This facet has to be brought to the front, and in unusual ways. This book is one such effort.

Marketing. Mythology. And the many messages therein.

Pick up your copy today.

QR CODE and site link

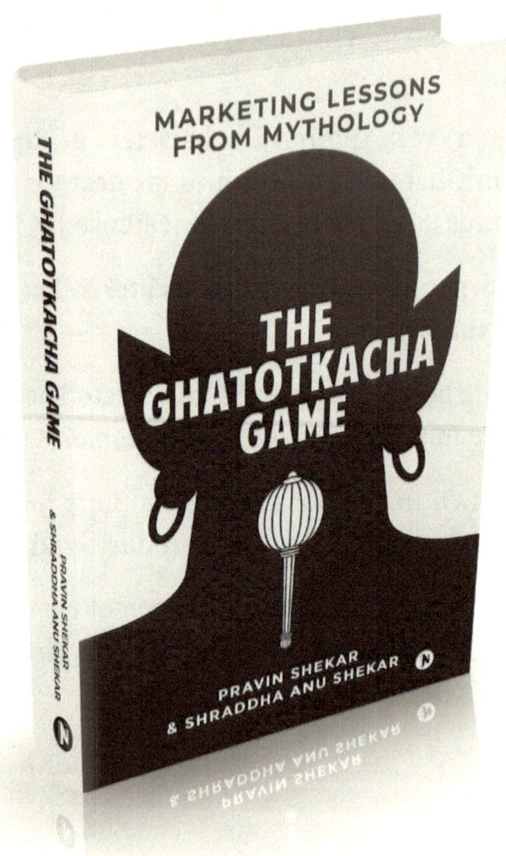

CLIMB YOUR WAY OUT OF HELL

OUTLIER MARKETING TO OVERCOME WORST-CASE SCENARIOS AND GROW YOUR BUSINESS

PRAVIN SHEKAR

N

OUTLIER MARKETING TACTICS FOR THE
BOOTSTRAPPED ENTREPRENEUR & MARKETER
DEVIL DOES CARE
MORE BANG, LESS BUCKS!
PRAVIN SHEKAR
DEVIL DOES CARE
PRAVIN SHEKAR

HOW TO GET MY FIRST PAID SPEAKING GIG?
PRAVIN SHEKAR
HOW TO GET MY FIRST PAID SPEAKING GIG?
PRAVIN SHEKAR

VIRTUAL SUMMIT
PLAYBOOK
HARNESS THE POWER OF EXPERTS
BUILD YOUR TRIBE
PRAVIN SHEKAR & KARUTHA PANDIAN

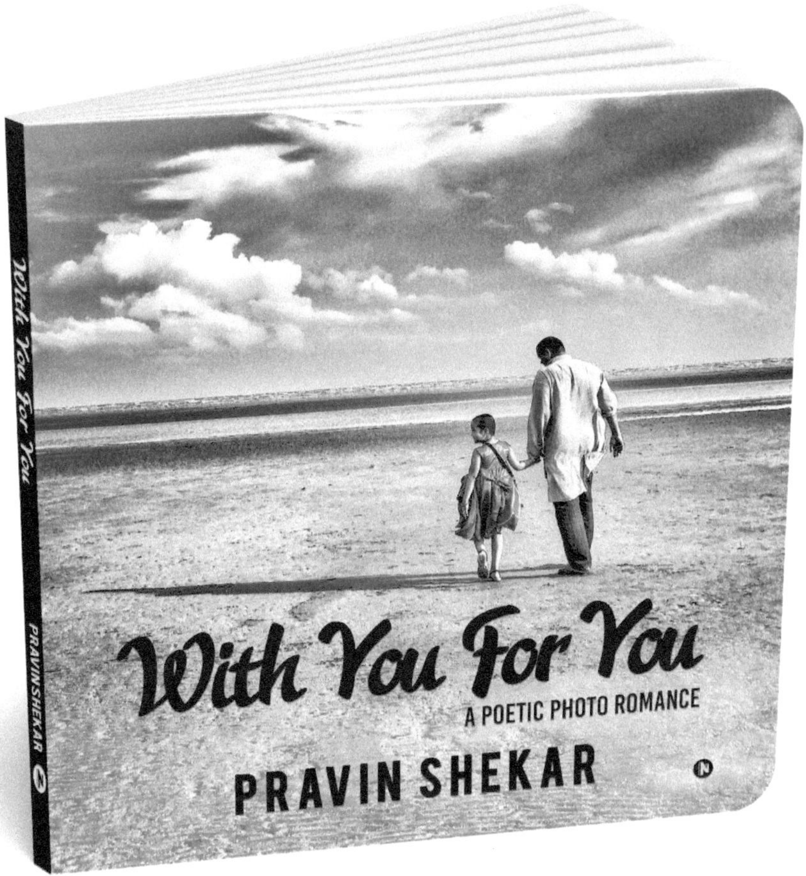
With You For You
A POETIC PHOTO ROMANCE
PRAVIN SHEKAR
PRAVIN SHEKAR

www.ingramcontent.com/pod-product-compliance
Lightning Source LLC
LaVergne TN
LVHW091322150826
845673LV00006B/1739

* 9 7 9 8 8 9 0 2 6 0 2 7 7 *